I0552522

हिरवळ

वि.स. खांडेकर

मेहता पब्लिशिंग हाऊस

✆ +91 020-24476924 / 24460313

Email : info@mehtapublishinghouse.com
production@mehtapublishinghouse.com
sales@mehtapublishinghouse.com

Website : www.mehtapublishinghouse.com

- *या पुस्तकातील लेखकाची मते, घटना, वर्णने ही त्या लेखकाची असून त्याच्याशी प्रकाशक सहमत असतीलच असे नाही.*

HIRVAL by V. S. KHANDEKAR

हिरवळ : वि.स. खांडेकर / लघुनिबंध-संग्रह

© सुरक्षित

मराठी पुस्तक प्रकाशनाचे हक्क मेहता पब्लिशिंग हाऊस, पुणे.

प्रकाशक : सुनील अनिल मेहता, मेहता पब्लिशिंग हाऊस,
१९४१, सदाशिव पेठ, माडीवाले कॉलनी, पुणे – ४११ ०३०.

मुखपृष्ठ : जयंत ताडफळे

प्रकाशनकाल : १९४७ / १९८३ / मार्च, २००१ / नोव्हेंबर, २००६ / मार्च, २०१६ / जुलै, २०१७ / पुनर्मुद्रण : जुलै, २०१८

P Book ISBN 9788177660531
E Book ISBN 9788184987171

E Books available on : play.google.com/store/books
www.amazon.in

१९२०-१९३८
या दीड तपातल्या शिरोड्याच्या शाळेतल्या
अगणित सुखक्षणांच्या
स्मृतीस

प्रास्ताविक

लघुनिबंध हा ललितवाङ्मयाचा अत्यंत आधुनिक असा प्रकार आहे. सध्या जिला आपण लघुकथा म्हणतो, तिचे स्वरूप आधुनिक असले तरी तिचा आत्मा प्राचीन आहे. परीकथा, रूपककथा, कहाणी, गोष्ट इत्यादी रूपांनी कथा प्रत्येक देशात हजारो वर्षे आबालवृद्धांशी हसतखेळत आणि रंजन करता-करता त्यांच्या मनांवर संस्कार करीत आली आहे. लघुनिबंधाची स्थिती तशी नाही. प्राचीन काळच्या समाजरचनेत आणि वाङ्मयकल्पनांत लघुनिबंधाला स्थान मिळणे शक्य नव्हते. पूर्वीच्या ललितवाङ्मयात सामान्य मनुष्य सहसा नायक होत नसे. मग सामान्य मनुष्याच्या लहानसहान आवडीनिवडींना महत्त्व देणारा, विषयापेक्षा व्यक्तिमत्वाचे माहात्म्य अधिक मानणारा, सर्वसंमत बोधापेक्षा मनाच्या स्वैर क्रीडेची किंमत अधिक आहे, असे प्रतिपादन करणारा हा वाङ्मयप्रकार त्यावेळच्या प्रतिभावंतांना तरी कसा सुचावा? आणि एखाद्याला तो सुचला, तरी तो समाजाला कसा रुचावा?

मॉंटेन हा फ्रेंच लेखक (१५३३-१५९२) लघुनिबंधाचा जनक मानण्यात येतो. इंग्लंड व फ्रान्स हे देश एकेमकांना अगदी जवळ असूनही हा नवा वाङ्मयप्रकार इंग्लंडमध्ये रूढ व्हायला बराच वेळ लागला. स्टील, ॲडिसन, गोल्डस्मिथ वगैरे निबंधकारांनी पांडित्यपूर्ण निबंधाची प्रथा सोडून आपल्या लेखनात नवीन पद्धतीचा अंशत: अंगीकार केला, हे खरे. पण त्यांच्या निबंधाचा मुख्य हेतू समाजदर्शन हाच होता; आत्माविष्कार हा नव्हे. त्या दृष्टीने चार्ल्स लॅंब (१७७५-१८३४) हा इंग्रजी लघुनिबंधकारांचा पहिला आचार्य होय. लॅंबला पुढे अनेक अनुयायी मिळाले आणि एकोणिसाव्या शतकाच्या उत्तरार्धात जसजसे इंग्लंडमधले जीवन धावपळीचे होऊ लागले, सामान्य माणसाचे मन जुन्या सामाजिक व वाङ्मयीन संकेतांतून बाहेर पडू लागले आणि नियतकालिकांचे संसार भराभर वाढून त्यांच्या असंख्य वाचकांना पाच-दहा मिनिटांत चटकदारपणाने ओझरते जीवनदर्शन करून देणाऱ्या ललित

साहित्याची गरज भासू लागली, तसतसा लघुनिबंध तिथे बहरत गेला. ल्यूकास, गार्डिनर, लिंड, बेलॉक, मिल्ने, चेस्टरटन, प्रीस्टली- या क्षेत्रात ज्यांनी आपल्या प्रतिभेचे वैशिष्ट्य गेल्या अर्धशतकात दर्शविले आहे, अशी आणखी कितीतरी नावे सांगता येतील. इंग्रजीच्या ओंजळीने ज्ञानाचे पाणी पिण्याची सवय आपल्याला लागल्यामुळे इतर युरोपियन भाषांत या वाङ्मयप्रकाराचा कसा विकास झाला आहे, याची आपल्याला कल्पना येत नाही. अधूनमधून का होईना, आपणाला फ्रेंच, रशियन किंवा जर्मन कथा, कादंबऱ्या व नाटके इंग्रजीतून वाचायला मिळतात. पण त्या भाषांतले लघुनिबंध? असला एकही सुंदर लघुनिबंध वाचल्याचे मला आठवत नाही. मात्र फ्रेंच जाणणारे माझे एक स्नेही ललित वाङ्मयाचा हा मनोहर प्रकार त्या भाषेतही वैशिष्ट्यपूर्ण रीतीने वृद्धिंगत झाला आहे, असे सांगतात. फ्रेंचमध्येच काय, कुठेही तो फुलावा, अशीच आज जगाची, सामाजिक जीवनाची आणि माणसाच्या मनाची स्थिती आहे.

दोन

मात्र इंग्रजी वाङ्मयात गेली पन्नास वर्षे लघुनिबंधाचे वैभव वाढत असले तरी मराठीत १९२५ पूर्वी त्याच्याकडे कुणाचे विशेष लक्ष गेल्याचे दिसत नाही. तसे पाहिले तर जिला पाश्चात्त्य दृष्टीने लघुकथा (Short story) म्हणता येईल अशी कथाही १९२५ च्या आसपासच मराठीत मूळ धरू लागली. त्यापूर्वी मराठीत लोकप्रिय कथालेखक होते आणि त्यांच्या गोष्टी लोक आवडीने वाचीत होते, पण त्या गोष्टी होत्या; लघुकथा नव्हत्या. त्या रंजक असत, पण त्यात रेखीवपणा आणि उत्कटता ही अभावरूपानेच दिसत. लघुकथालेखक हा विशाल आणि विविध जीवनांतल्या लहानसहान अनुभूतींकडे कवीच्या वृत्तीने पाहणारा लेखक आहे, याची त्या काळातल्या कथालेखकांना जाणीव नसणे स्वाभाविकच होते. १९२०-१९२५ या काळात 'पिंजऱ्यातला पोपट', 'मृणालिनीचे लावण्य', इत्यादी कथा लिहिणाऱ्या दिवाकर कृष्णांनी आधुनिक पद्धतीच्या मराठी लघुकथेचा खराखुरा प्रारंभ केला असे म्हणता येईल.

लघुनिबंधाच्या बाबतीत हेच श्रेय ना. सी. फडके यांना दिले पाहिजे. १९२६ साली त्यांनी 'रत्नाकर' मासिकात ज्या गुजगोष्टी सुरू केल्या, तीच मराठी लघुनिबंधाची पद्धतशीर सुरुवात होय. त्यापूर्वी मराठीत लघुनिबंधाच्या पद्धतीचे लिखाण लिहिले गेले नव्हते, असे नाही पण ते लिहिणारांना आपण एक नवा वाङ्मयप्रकार हाताळीत आहोत, याची बहुधा कल्पना नसावी. हरिभाऊ आपट्यांच्या 'करमणुकी'त लघुनिबंधवजा अनेक लेख प्रसिद्ध होत. न. चिं. केळकरांच्या निबंधलेखनात विद्वत्ता

आणि रसिकता या एकमेकीच्या हातात हात घालून विहार करीत. अच्युतराव कोल्हटकरांच्या 'संदेशा'त रूक्ष राजकारणही वैचित्र्यपूर्ण लालित्याने नटून वाचकांना झुलवी आणि शिवरामपंत परांजपे यांच्या 'काळा'तल्या निबंधातला अपूर्व कल्पनाविलास तर लोकांना अगदी वेड लावून सोडी! या सर्वांच्या लिखाणात लघुनिबंधाची बीजे आहेत. शिवरामपंतांच्या काही सुंदर ललितनिबंधांत लघुनिबंधाचे दोन प्रमुख विशेष — स्वैर कल्पनाविलास आणि साध्या विषयातून मोठा आशय शोधून काढण्याची शक्ती — इतक्या स्पष्टपणाने उठून दिसतात की, त्यांनी मनात आणले असते, तर उत्कृष्ट लघुनिबंध त्यांच्या लेखणीतून लीलेने बाहेर पडले असते, असे वाटू लागते. किंबहुना त्यांच्या देशप्रेमाने तळमळणाऱ्या आणि परकीय सत्तेविरुद्ध तडफडणाऱ्या आत्म्याचे आक्रंदन आणि आवेश ज्या वेळी काही कारणाने शांत होतो, त्या वेळी त्यांचा ललितनिबंध अगदी आजकालच्या लघुनिबंधाचे स्वरूप धारण करतो. 'चंद्राचा सोनेरी राजवाडा' (काळातील निवडक निबंध, भाग १०) हा एकच निबंध अभ्यासकांनी या दृष्टीने वाचला, तरी शिवरामपंतांतल्या लघुनिबंधकाराचे त्यांना यथार्थ दर्शन होईल.

तीन

१९२५ साली फडक्यांनी लघुनिबंधलेखनाला सुरुवात केली. आपल्या या निबंधांना त्या वेळी ते गुजगोष्टी म्हणत असत. हल्ली त्यांनी आपले हे पहिले आवडते नाव नापसंत केले असून, ललितनिबंध या नव्या संज्ञेचा पुरस्कार चालविला आहे. इतकेच नव्हे तर १९४१ साली 'नवे लेणे' या एका लघुनिबंधसंग्रहाला प्रस्तावना लिहिताना, 'हे नाव आता सर्वमान्य झालेलं आहे' असेही ते म्हणतात. पण काणेकर, खांडेकर, दांडेकर प्रभृति सर्व प्रमुख लघुनिबंधकार अद्यापिही आपल्या या प्रकारच्या लेखनाला लघुनिबंधच म्हणत आहेत. उलट, फडक्यांनी त्या अर्थी रूढ करण्याकरिता काढलेला ललितनिबंध हा शब्द, ज्यात निबंधाचे गंभीर पांडित्य नाही आणि लघुनिबंधाची स्वैर आत्मपरताही नाही, अशा विविध आकर्षक निबंधांना सध्या लावला जात आहे.

१९२६ साली गुजगोष्ट हा शब्द वापरताना फडक्यांपुढे इंग्रजीतला Personal Essay हा शब्द उभा होता. त्याचा त्यांनी स्वैर, पण गोड अनुवाद करण्याचा प्रयत्न केला. लघुनिबंध हा जिव्हाळ्याच्या मित्राच्या संभाषणासारखा असावा, या कल्पनेचाही हे नाव निश्चित करताना त्यांच्या मनावर पगडा बसला असावा. गुजगोष्ट या संज्ञेने लघुनिबंधाची सर्व लक्षणे सूचित होत नसली, तरी अशा लेखनात विषयापेक्षा व्यक्तित्वाचे महत्त्व अधिक असावे आणि त्याची शैली ही एखाद्या अंतरंगातल्या

मित्राच्या गप्पांसारखी गोड भासावी, या गोष्टी तिच्यातून स्पष्टपणे व्यक्त होत होत्या. मात्र हे नाव फडक्यांच्या लघुनिबंधांच्या बाबतीत अन्वर्थक असले तरी लघुनिबंधकार म्हणून त्यांच्याइतकीच कीर्ती मिळविणाऱ्या काणेकरांच्या लिखाणाला फारसे लागू पडणारे नव्हते. याचे कारण फडके आणि काणेकर यांच्या व्यक्तित्वांतले अंतर हेच आहे. फडक्यांच्या मनाची घडण निव्वळ सौंदर्यपूजक — त्यांचे चिंतन केवळ आत्मपर आणि बहुधा सुखवादी. काणेकर सौंदर्याचे चाहते असले तरी त्याचे भोक्ते किंवा अंधपूजक नाहीत आणि त्यांच्या चिंतनात वैयक्तिक सुखदु:खापेक्षा सामाजिक सुखदु:खामुळे उत्पन्न होणाऱ्या विचारांचा भागच अधिक आहे. अशा लेखकाच्या स्वैर विचारविलासाला फडक्यांनी निर्माण केलेली गुजगोष्टीची नक्षीदार चौकट कशी पुरी पडणार? फडके म्हणतात, 'जी वस्तू लोकांच्या सामान्य दृष्टीला क्षुद्र अगर उपेक्षणीय वाटत असेल, तिच्याविषयीच बोलायला लागून, तीत सौंदर्य असल्याचे पटवून द्यायचे, असे तारतम्य ठेवले म्हणजे गुजगोष्टीचा विषय निवडण्याचे काम सोपे होईल. याचा अर्थ असा की, चमत्कृती गुजगोष्टीचा आत्मा होय. ही चमत्कृती विषयाच्या निवडीत असावी किंवा त्यात नसेल तर गोष्टीच्या ओघात आणावी. म्हणजे असे की, अगदी साध्यासुध्या गोष्टीविषयी बोलता-बोलता त्यात अचानक एखाद्या मोठ्या तत्त्वावर प्रकाश पाडल्यासारखे करावे.'

फडक्यांची लघुनिबंधाविषयीची ही साचेबंद कल्पना एकांगी आहे, हे निरनिराळ्या स्वभावधर्माच्या पाच-दहा लेखकांचे लघुनिबंध चाळले असता सहज दिसून येईल. चमत्कृती — ती विषयाची असो, मांडणीची असो, कल्पनेची असो, भावनेची असो अथवा सूचित केलेल्या तत्त्वाची असो — हा लघुनिबंधाचा एक विशेष आहे यात शंका नाही, पण तो त्याचा आत्मा होऊ शकत नाही. 'दोनपदरी गोफ' (तुटलेले तारे) हा काणेकरांचा लघुनिबंध घ्या किंवा ज्या रिचर्ड किंगची खुद्द फडक्यांनी स्तुती केली आहे त्याचा 'Some Confessions of an average man' सारखी पुस्तके पाहा. या साहित्याचा आत्मा केवळ चमत्कृती हा नसून मानवी जीवनाचे जिव्हाळ्याने केलेले चिंतन व त्यातून स्फुरलेला तात्त्विक विचारविलास हाच आहे. विषयाच्या निवडीकडे पाहिले तर — माझ्यापुढे या वेळी More of today हा एक इंग्रजी लघुनिबंधसंग्रह आहे. त्यातल्या लघुनिबंधांची पाच-सात नावेच सांगतो म्हणजे झाले - न्यूयॉर्क, टोळ, सुखाविषयी काही विचार, पत्रलेखन, ऑक्टोबरमधली झाडे आणि फुले, परीकथा आणि लोककथा, खिशात दिडकी नसणे —यातले काही विषय फडक्यांच्या गुजगोष्टीच्या कल्पनेशी जुळते आहेत, पण काही त्यांच्या साच्यात मुळीच बसू शकत नाहीत.

आपण नावाच्याच प्रश्नाची चर्चा करीत असल्यामुळे एक महत्त्वाची गोष्ट इथे नमूद करायला हरकत नाही. ज्या लेखनप्रकाराला १९३३चे फडके गुजगोष्टी

सात

म्हणत होते व १९४१चे फडके ललितनिबंध म्हणू लागले आणि ज्याचे लघुनिबंध असे इतर मराठी लेखकांनी नामकरण केले, त्याला 'Personal Essay' किंवा 'Short Essay' हे पर्याय अद्यापिही इंग्रजीत सर्रास वापरले जात नाहीत. वर उल्लेखिलेल्या लघुनिबंधसंग्रहाच्या नावांत फक्त 'Essay' हाच शब्द आहे. प्रो. ई. ए. वुडहाउस यांनी ल्यूकास या लोकप्रिय निबंधकाराच्या काही निवडक लघुनिबंधांचा एक संग्रह संपादित करून त्याला अत्यंत मार्मिक प्रस्तावना लिहिली आहे. पण या संग्रहाचे नाव काय आहे? Selected Essay of E. V. Lucas.

ज्ञानप्रसार व तत्त्वप्रचार ही ज्यांची मुख्य लक्षणे आहेत, अशा चिपळूणकर-आगरकरांनी प्रवर्तित केलेल्या लेखांना मराठीत निबंध (Essay) असे म्हणण्याचा प्रघात पडला. नवा आत्मपर व खेळकर निबंध यापूर्वीच्या निबंधाहून भिन्न आहे, हे सहज कळावे म्हणून लघुनिबंध हे नाव प्रचारात आले. ही संज्ञा देणारांना लघुकथा हे नाव मराठीत रूढ होत आहे, हे स्पष्ट दिसत होते. म्हणूनच त्यांनी त्याचा पुरस्कार केला. फडक्यांना लघुकथा हे नाव मान्य आहे. त्यांचा विरोध आहे, तो फक्त लघुनिबंध या नावाला. त्याला ते ललितनिबंध म्हणण्याचा अट्टहास करीत आहेत. पण काकासाहेब कालेलकरांच्या रसाळ प्रवासवर्णनपर निबंधासारख्या विविध लिखाणालाच हे नाव अधिक शोभून दिसते. परंपरा, बहुमत, लघुकथा या संज्ञेशी असलेले साम्य आणि केवळ लालित्य अथवा मर्यादित आत्मपरता यांच्यावरच भर न देता कल्पना, भावना आणि विचार यांचा आपल्या व्यक्तित्वाप्रमाणे स्वच्छंद विलास दाखविण्याला लेखकाला मिळणारा अवसर या सर्व दृष्टींनी लघुनिबंध हेच नाव या वाङ्मयप्रकाराला वापरणे योग्य होईल, असे व्यक्तिशः मला वाटते.

चार

नावासंबंधीची ही चर्चा करताना 'नावात काय आहे?' हा प्रश्न एकसारखा माझ्यापुढे उभा राहत होता. पण वेदान्ताप्रमाणे वाङ्मयाला नामरूपाकडे सर्वस्वी दुर्लक्ष करता येत नाही, म्हणून त्याचा इतका प्रपंच करावा लागला. या बाह्य गोष्टीकडून मराठी लघुनिबंधाच्या अंतरंगाकडे लक्ष वळविले तर कुणाही रसिकाचे मन प्रसन्न झाल्याशिवाय राहणार नाही. ज्याला दुसरे काही करता येत नाही त्याने मास्तरकी करावी, या धर्तीवर ज्यांना दुसरे काही लिहिता येत नाही, त्यांनी लघुनिबंध लिहावे अशी या नव्या प्रकाराची उपहासात्मक संभावना करणारे संपादक अद्यापि आढळतात हे खरे. पण रसिकतेच्या दृष्टीने पाहिले तर त्यांची ही नावड उंचावरल्या द्राक्षांना आंबट म्हणणाऱ्या कोल्ह्यासारखीच असते. संपादकीय खुर्चीवर बसण्याची सहजासहजी मिळालेली संधी हेच त्यांचे बौद्धिक भांडवल, त्यांच्यापासून

अधिक अपेक्षा करण्यात काय अर्थ आहे? लघुनिबंधाचा रसास्वाद घ्यायला विचारी असूनही खेळकर, काव्यात्म असूनही विनोदी आणि आत्मनिष्ठ असूनही सामाजिक अशी जी वृत्ती असावी लागते ती ठरावीक ठशाच्या बाजारी वाङ्मयापलीकडे पाऊल न टाकणारांना कुठून लाभणार? सुंदर लघुनिबंधलेखन हा सुसंस्कृत, सहृदय आणि समतोल अशा व्यक्तित्वाचा विलास आहे. त्याचे हे अभिजात सौंदर्य समजायला वाचकाच्या अंगीही थोड्याफार प्रमाणात या गुणांचा संगम व्हायला हवा.

तथापि, असले अरसिक आक्षेपक सोडून दिले तर मराठी लघुनिबंधाचे गेल्या वीस वर्षांत उत्तरोत्तर अधिक स्वागत होत चालले आहे असे दिसून येईल. नवे लेखक, नवे विषय, नवे प्रयोग— ही सारी प्रगतीचीच लक्षणे नाहीत काय? या क्षेत्रात आतापर्यंत जे लेखन झाले आहे, ते सर्व काय सामान्य दर्जाचे आहे? फडके आणि काणेकर या अग्रेसर लघुनिबंध लेखकांचे 'हरवली, म्हणून सापडली' (गुजगोष्टी), 'पहिला पांढरा केस' (नव्या गुजगोष्टी), 'बाजार' (धूम्रवलये), 'यथेच्छ झोपा' (तुटलेले तारे), 'प्रश्नांची उत्तरे' (शिंपले आणि मोती), 'माझा स्वभाव असा आहे' (पिकली पाने) व 'देवदारू आणि चक्रवाक' (उघड्या खिडक्या) एवढेच निबंध एखाद्या परक्या मनुष्याने मराठी भाषेचा परिचय करून घेताना प्रथम वाचले तरी त्याचा तिच्या संपन्नतेविषयी अनुकूल ग्रह झाल्याशिवाय राहणार नाही.

पाच

लघुकथेपेक्षा लघुनिबंधाचे तंत्र अधिक तरल आहे, किंबहुना लेखकाच्या व्यक्तित्वाचा मधुर व मनमोकळा आविष्कार असेच त्याचे स्वरूप असल्यामुळे लघुनिबंधाला तंत्र नाही, असे अनेकदा सांगण्यात येते. हे स्थूल दृष्टीने खरे आहे, पण मेघमंडलातून विहार करणारे विमान स्वच्छंदाने प्रवास करीत आहे, असा भास पृथ्वीवरल्या मनुष्याला होत असला तरी त्याची दिशा आणि वेग निश्चित करणारी साधने त्याच्यापाशी असावीच लागतात. लघुनिबंधाची स्वैरताही अशीच आहे. त्या स्वैरतेतही एक प्रकारची नियमबद्धता असतेच असते. या नियमनाचे बाह्य स्वरूप लेखकाच्या प्रकृतिधर्माप्रमाणे थोडेफार बदलले तरी त्याची आत्मतत्त्वे अविचल अशीच आहेत. या तत्त्वांचा ओझरता परिचय फडक्यांच्या खालील उद्गारावरून होईल.

''एखाद्या जलाशयाच्या काठावर बसून आपण एक लहानसा दगड त्यात टाकतो व मग जलपृष्ठावर उठणारे तरंग पाहत राहतो, तद्वत् या आधुनिक निबंधप्रकारात कोणत्याही विषयाच्या निमित्ताने लेखकाच्या अंतरंगात उठणाऱ्या विचार-विकारतरंगांचं दर्शन घडावं व त्या दर्शनापासून आल्हाद व्हावा एवढीच वाचकाची अपेक्षा असते. बोध अजिबात वर्ज्य असतो, असे नव्हे;- पण तो अभिप्रेत

असलाच तरीसुद्धा फक्त ध्वनिरूपानेच तो प्रगट व्हायचा असतो. निबंधाचं मुख्य कार्य हे की, विषयाच्या अनुषंगाने लेखकाच्या व्यक्तित्वाची, त्याच्या स्वभावाची, त्याच्या आवडीनिवडीची ओळख वाचकाला झाली पाहिजे... सुहृद्भाव हा त्याचा आत्मा होय... हॅम्लेटच्या वेडातही पद्धती होती, त्याप्रमाणे ललित निबंधाच्या विस्कळीतपणातही लेखकाची योजकता आणि कल्पकता असावी लागते.''

(प्रस्तावना- 'नवे लेणे' - १९४१).

१९२६ साली प्रसिद्ध झालेल्या ल्यूकासच्या निवडक लघुनिबंधांच्या संग्रहाला मार्मिक प्रस्तावना लिहिणारे प्रो. वुडहाउस यांनी लघुनिबंधकाराच्या कार्याचे याहूनही सुंदर आणि निःसंदिग्ध वर्णन केले आहे. ते म्हणतात :

"What then is his aim? His aim, if we can call it such, it is to reveal, not his subject, but himself. This does not mean that he must always be writing about himself, nor does it imply an incessant use of the first person singular. It means merely that the interest of what he writes lies, not so much in the thing written about, as in what he - the particular individual - has to say about it. It is like what most of us feel about the conversation of a friend. Ocasionally we may be interested in the actual subject of his conversation. But for the most part, our pleasure and our interest spring far more from the fact that he is talking. So it is with the personal essayist. He may be fantastic and illogical; we may disagree with half that he says; but what we enjoy is to hear the sound of his voice and to watch the play of his thought and feeling."

सहा

असामान्य व्यक्तित्व असलेला सामान्य मनुष्य अशी मी लघुनिबंधकाराची व्याख्या करतो. त्याचे हे व्यक्तित्व जितके अधिक वैचित्र्यपूर्ण, तितके त्याच्याकडून निर्माण होणारे लघुनिबंध अधिक खुमासदार. तो कवीसारखा भावनावश होणार नाही, विनोदी लेखकासारखा नुसता हसवीत सुटणार नाही, तत्त्वज्ञाप्रमाणे जीवनाकडे पदोपदी गंभीर दृष्टीने पाहणार नाही किंवा कथालेखकाप्रमाणे इष्ट परिणाम साधण्याकरिता आपल्या अनुभवात कल्पकतेचा मालमसाला घालून विशिष्ट तऱ्हेची मांडणी करण्याकरिता धडपडणार नाही. मात्र या सर्वांच्या आत्मीय गुणांचा थोडा थोडा अंश त्याच्या व्यक्तित्वात संमीलित झालेला असतो. एखादे वेळी त्याच्यातला विनोदकारच

जागा होतो आणि मग लँबच्या 'Gentle Giantess' सारखा विनोदी लेखाप्रमाणे वाटणारा लघुनिबंध जन्माला येतो. एखादे वेळी त्याच्यातल्या कथालेखकालाच स्फूर्ती येते आणि ल्यूकासच्या 'Fate' सारखे लघुकथेशी साम्य पावणारे लिखाण निर्माण होते. इतर ललितक्षेत्रांवरले लघुनिबंधाचे हे आक्रमण त्याच्या स्वच्छंदी स्वभावाचे व संपूर्ण स्वातंत्र्याचेच द्योतक मानले पाहिजे.

मोहक व्यक्तित्वाचा मार्मिक व मनोहर आविष्कार हा लघुनिबंधाचा आत्मा मानला, म्हणजे त्याच्या बाह्यस्वरूपाची चर्चा करणे पुष्कळच सोपे जाते. बहारीचा आरंभ, वैचित्र्यपूर्ण विकास व मजेदार अथवा तात्त्विक शेवट या तीन गोष्टी ज्यात साधल्या आहेत, असा लघुनिबंध नीरस होणे अशक्य आहे. 'हरवली, म्हणून सापडली' (फडके) आणि 'दोन मेणबत्त्या' (काणेकर) या मराठीतल्या दोन उत्कृष्ट लघुनिबंधांचा सूक्ष्म अभ्यास केला तरी श्रेष्ठ लेखक लघुनिबंधाची रंगत कशी साधतात, याची रसिकांना पूर्ण कल्पना येऊ शकेल.

सात

इंग्रजी शाळेतील वरच्या वर्गातल्या विद्यार्थ्यांनाही उपयोग व्हावा, अशा दृष्टीने 'हिरवळ' हा लघुनिबंधसंग्रह मी संपादित केला आहे. या निबंधांचा विद्यार्थ्यांना रसास्वाद घेता यावा व त्यांच्या गुणावगुणांची मार्मिकतेने चर्चा करता यावी, म्हणून लघुनिबंधाविषयीची आवश्यक माहिती वर दिली आहे. या संग्रहातल्या प्रत्येक निबंधाच्या आरंभी त्याचा 'परिचय' दिला असल्यामुळे निबंधाचे रसग्रहण करणे विद्यार्थ्यांना सुलभ होईल.

१४-११-४६   – वि. स. खांडेकर
कोल्हापूर

ज्या सात लघुनिबंध-संग्रहांतून हे लघुनिबंध घेतले आहेत, त्यांच्या पहिल्या आवृत्तीचा प्रकाशनकाल खाली दिल्याप्रमाणे आहे.

वायुलहरी	१९३६
चांदण्यात	१९३८
सायंकाल	१९३९
अविनाश	१९४१
मंदाकिनी	१९४२
मंजिऱ्या	१९४४
कल्पलता	१९४५

अनुक्रमणिका

एक :   पुढे-पुढे

परिचय :

मानवी स्वभावाची एक मोठी मौज आहे की, त्याला जवळचे सौंदर्य सहसा आकर्षक वाटत नाही. वर्तमानकाळाविषयी मनुष्य नेहमीच असंतुष्ट असतो. काल, आज आणि उद्या ही एकाच काळाची तीन रूपे आहेत याचा त्याला विसरच पडतो की काय कुणाला ठाऊक! भूतकाळाची तो अंध प्रेमाने पूजा करतो. भविष्यकाळाकडे तो भोळ्या आशेने पाहतो. आपल्या भोवताली पसरलेल्या सुखाचे, सौंदर्याचे, साधुत्वाचे किंवा वीरत्वाचे मन:पूर्वक कौतुक करण्यात त्याचे मन पूर्णपणे रमू शकत नाही.

"हा हत्ती चहा पीत बसला आहे- नि त्यानं नाइट सूट घातला आहे-"

मंदा अगदी रंगात येऊन वर्णन करीत होती. पण अवी मध्येच म्हणाला, "पुढं काय झालं ते सांग!"

घाईघाईने त्याने चित्रमय पुस्तकाचे पान उलटलेसुद्धा!

मंदा वर्णन करू लागली, "हत्ती स्टेशनवर जायला निघाला आहे, त्याच्या डोक्याला खादीची टोपी आहे नि हातात-"

"पुढं?" असा अधीरपणाने प्रश्न करीत अवीने पुढचे पान काढले.

"हत्ती पाखराबरोबर समुद्रात पोहायला गेला- तिथे मोठी लाट आल्याबरोबर त्याच्या नाकातोंडात पाणी जाऊन तो घाबरला- किनाऱ्यावर वाळूत येऊन बसल्यावर तो सोंडेने एका खेकड्याला त्रास देऊ लागला नि मग खेकडा त्याला चावला" - या सर्व प्रसंगांची त्या पुस्तकातली चित्रं सुंदर होती. मंदा प्रत्येक चित्राचे खूप खूप वर्णन करू लागे, पण अवी प्रत्येक वेळी 'पुढं?' 'पुढं?' असा प्रश्न करून तिच्या रंगाचा भंग करी आणि पुढचे पान उघडी. घिसाडघाईने म्हणा किंवा लग्नघाईने म्हणा, अवी शेवटच्या पानापर्यंत पोचला. पाखरांचा पाहुणचार घेऊन हत्ती घरी परत येतो असे दृश्य शेवटच्या चित्रात होते. ते चित्र घाईघाईने पाहून अवीने प्रश्न केला, "पुढं?"

मंदा क्षणभर गोंधळली. लगेच तिने पुस्तकाचे पहिले पान उघडले आणि ती सांगू लागली, "हा हत्ती चहा पीत बसला आहे नि त्यानं नाइट सूट घातला आहे-"

अवी निरखून पाहून बोलू लागला, ''तो नाइट सूट माझ्यासारखा निळ्यानिळ्या रेघांचा आहे - हत्तीचा एक दात शिंगासारखा दिसतोय!''

आता दोघेही प्रत्येक चित्रात रंगून त्यात असलेल्या नव्हे तर नसलेल्या वस्तूंचीही रसभरीत वर्णने करू लागली. मंदाने पान उलटायला लागावे, पण अवीने तिचा हात धरून तिला थांबवावे असा उलटा प्रकार सुरू झाला! तो पाहून काही केल्या मला हसू आवरेना. हसता हसता मी स्वत:शी म्हणालो, 'नाहीतरी अवी भारीच उतावळा आहे.'

लगेच माझ्या मनात आले– छोट्या अवीला हसण्यात काय अर्थ आहे? आम्ही सदासर्वदा एकच मंत्र घोकीत असतो- 'पुढे-पुढे, आणखी पुढे!' आयुष्याच्या चित्रमय पुस्तकाचे प्रत्येक पान न्याहाळून पाहावे, त्याच्यातली मौज मनमुराद लुटावी, खडीसाखरेचा खडा दातांनी फोडून खाण्यापेक्षा तोंडात विरघळून टाकण्यात जी गोडी असते तीच जीवनातल्या क्षणाक्षणाला आपण अनुभवावी, हा विचार शेकडा नव्वद लोकांच्या मनातसुद्धा येत नाही. मग तो आचरणात आणणारा मनुष्य हजारात एखादाच आढळायचा! जो तो हातातल्या सुखाकडे दुर्लक्ष करून पळत्या आनंदाच्या मागे धावत असतो! प्रत्येकाचा मंत्र एकच- 'पुढे पुढे!' भविष्यातला अमर्याद आनंद लुटण्याकरिता मनुष्यप्राणी ही जी धावपळ करतो तिच्यात वर्तमानाच्या मर्यादित आनंदाला मात्र तो निश्चितपणे मुकतो.

माझीच गोष्ट पाहा ना! मी फार लहानपणी पोहायला शिकलो. सुदैवाने माझे बाळपणही सांगलीला कृष्णेच्या काठी गेले. पावसाळ्यात गणपतीच्या घाटावरली तुळशीवृंदावने बुडल्यावर तिथं पोहायला पडून माईच्या घाटाकडे जाण्यात किती गंमत आहे किंवा उन्हाळ्यात सांगलवाडीच्या घाटाजवळच्या पाण्यात उड्या मारण्यात काय मौज आहे, हे मला अजिबात ठाऊक नाही असे नाही; पण पोहण्याच्या आणि पाण्यात डुंबण्याच्या बाबतीतली माझी इच्छा अद्यापही अतृप्त राहिली आहे हे मात्र खरे! त्या वेळी मला पोहण्यापेक्षा वाचनाचीच ओढ अधिक लागे. मी मनात म्हणत असे- पोहायला हवा तेवढा वेळ मिळेल पुढे, पण विद्या संपादन करायची ही संधी आपण गमावली तर ती मात्र पुन्हा येणार नाही!

आज पंचवीस वर्षांनी वाटते- त्या वेळीच मी यथेच्छ पोहून घ्यायला हवे होते. विद्यार्थिदशेत माझा पोहण्यात वेळ गेला असता तर माझे संस्कृत पाठांतर कमी झाले असते, बीजगणिताच्या सर्व पुस्तकांतली सर्व उदाहरणे मी सोडविली आहेत असे अभिमानाने मला म्हणता आले नसते आणि लायब्ररीतले प्रत्येक मराठी नाटक आणि कादंबरी मी वाचली आहे अशी प्रौढीही मला मिरवता आली नसती हे खरे! पण पोहण्याचा आनंद गमावून मी जे विद्याधन संपादन केले ते तरी आता माझ्यापाशी कुठे आहे? मला पाठ येत असलेले बहुतेक संस्कृत श्लोक आता तीन किंवा साडेतीन

चरणांचे होऊन बसले आहेत. बीजगणितातला कूटप्रश्न हा मला आता खरोखरी कूटप्रश्न वाटतो आणि मी अधाशीपणाने वाचलेली शेकडो नाटके, कादंबऱ्यांची पुस्तके - लहानपणी खूप पतंग उडविले म्हणून काही मोठेपणी कुणी वैमानिक होत नाही!

पुस्तकांकडे थोडे दुर्लक्ष करून मी दररोज कृष्णेवर पोहायला गेलो असतो तर-तर अगणित घटनांच्या स्मृतींनीसुद्धा आता माझ्या मनाला आनंद झाला असता. याबाबतीत मनाला जी एक प्रकारची अतृप्तता वाटते ती कधीच जाणवली नसती!

पण-

आता दररोज पोहायला जावे म्हटले तर महिन्यामहिन्यात मला सवड मिळत नाही आणि कधी सवड मिळालीच तर थंड पाण्यातले डुंबणे आपल्याला सोसेल की नाही हा प्रश्न दत्त म्हणून पुढे उभा राहतो!

जी कथा पोहण्याची तीच फिरण्याची, तीच खाण्याची, तीच खेळांची आणि तीच प्रवासाची!

मी अजून गिरसप्पा पाहिला नाही, ताजमहाल पाहिला नाही, अजिंठ्याची लेणीही पाहिली नाहीत! हे सारे पाहायची इच्छा लहानपणापासून माझ्या मनात मोठ्या उत्कटतेने वास करीत आली आहे, पण विद्यार्थिदशेत तिसऱ्या वर्गाच्या भाड्याचेही पैसे खिशात नसत. मी फारसा प्रवास करू शकलो नाही; शिक्षक झाल्यावर सुटीचे दिवस लेखनवाचनाला उपयोगी म्हणून मी जागेवरून हललो नाही आणि आता-

आता मला वाटते- सुटीतला सारा वेळ लेखनवाचनाला न देता दरवर्षी थोडाफार प्रवास करण्याचा प्रघात मी ठेवला असता तर फार बरे झाले असते. आपणाला हवा असलेला आनंद आजच्यापेक्षा उद्या अधिक सुलभतेने व विपुलतेने मिळेल या मोहाने मनुष्य मनोराज्ये करीत बसतो! त्याला वर्तमानकाळापेक्षा भविष्यकाळ फार आकर्षक वाटतो, पण एक गोष्ट काही केल्या त्याला कळत नाही- भविष्यकाळ दूर असल्यामुळेच आपल्याला सुंदर दिसतो! ते सौंदर्य तैलचित्राचे असते- दुरून साजऱ्या दिसणाऱ्या डोंगराचे असते- मृगजळाचे असते- कांचनमृगाचे असते!

भूतकाळ मनुष्याला स्मृतीचा आनंद देतो, भविष्यकाळ त्याला स्वप्नाचा आनंद देतो! पण प्रत्यक्षात जीवनाचा आनंद जर त्याला कुणी देत असेल तर तो वर्तमानकाळच! 'One to-day is worth to two tomorrows' या उक्तीचे मर्म हेच आहे नाही का? उद्या फुलणाऱ्या कळ्या कितीही सुंदर असल्या तरी आज फुललेल्या फुलांचा सुवास त्यांच्यापासून कसा मिळणार?

पण ही साधी गोष्टच आपणाला अनेकदा कळत नाही. आगगाडीतून जाणारा प्रवासी भोवतालच्या सृष्टिसौंदर्याशी समरस होण्याऐवजी आपणाला ज्या स्टेशनवर उतरायचे आहे तिथे टांगे मिळतात की नाही याचीच विवंचना करीत बसलेला असतो. केस कमी होऊ लागल्यामुळे आपल्याला अकाली टक्कल पडून आपण

पतीला अप्रिय होऊ की काय, या काळजीने चार-चार घटका केसांना भलतीभलती तेले लावीत बसणाऱ्या तरुण स्त्रीला तेवढा वेळ नवऱ्याशी खेळकरपणाने बोलत बसायला मात्र मिळत नाही!

असली अनेक उदाहरणे पाहिली की, 'We never live. We only hope to live.' हे पास्कलचे शब्द मला खरे वाटू लागतात. प्रत्येक मनुष्य कुरकुरत म्हणत असतो - आजच्या जीवनात काव्य, सौख्य, आनंद या गोष्टी जवळजवळ नाहीतच. त्या उद्याच्या जीवनात मात्र आपल्याला निश्चित मिळतील! उद्याचा दिवस केव्हा उजाडतो याची तो उत्कंठतेने वाट पाहत असतो. पण 'उद्या'चे रूपांतर 'आज'मध्ये झाले, की वर्तमानावर अकारण असंतुष्ट होणारा मानवप्राणी चित्रांचे पुस्तक पाहणाऱ्या अवीप्रमाणे ओरडतो, 'पुढे चला, आणखी पुढे चला! पुढे-पुढे-'

बिचाऱ्याच्या हे लक्षातही येत नाही की, मानवी जीवनातली प्रत्येक घटका-किंबहुना प्रत्येक क्षण- ही एक सुखाची दीपमाळ असते! पावसाच्या सरीत, हिरवळीत, आकाशात उडणाऱ्या घारीत, पुस्तकात, घरात बागडणाऱ्या चिमुकल्यात, एक शब्दही न बोलता तुम्हाला हवा तेवढाच गोड चहा करून देणाऱ्या पत्नीत, जिथे पाहावे तिथे या दीपमाळेवरल्या दिव्यांचा मंदमधुर प्रकाश पसरलेला असतो. त्याच्याकडे दुर्लक्ष करून 'पुढे-पुढे' म्हणून धावत सुटणे हे-

अवी आणि मंदा यांनी तिसऱ्यांदा त्या पुस्तकातील चित्रं पाहायला सुरुवात केली होती. अवी मंदाला सांगत होता- ''हा हत्ती चहा पीत बसला आहे- नि त्यानं नाइट सूट घातला आहे. हा नाईट सूट माझ्यासारखा निळ्यानिळ्या रेघांचा आहे- हत्तीचा एक दात शिंगासारखा दिसतोय- त्याच्या हातात एक पत्र आहे - त्याच्या पलीकडच्या टेबलावर पिवळी नि तांबडी फुले आहेत. त्याच्या चहाच्या पेल्यात चमचा आहे- त्याला खूप खूप गोड चहा आवडतो.''

मंदा पाने उलटू लागली, पण अवीने तिचा हात धरला. त्या चित्रातल्या त्याला दिसणाऱ्या गमती अजून संपल्या नव्हत्या!

●

दोन : पहिला दिवस

परिचय :

जगातल्या बहुतेक गोष्टींची मोहिनी त्यांच्या नावीन्यात असते. न पाहिलेले गाव पाहण्याची केवढी तीव्र इच्छा आपल्या मनात वारंवार उद्‌भवते. वाचन-मंदिरात नव्या पुस्तकावर वाचकांच्या काय उड्या पडतात! मानवी मनाला नावीन्याची जी विलक्षण ओढ असते तिचा हा प्रभाव आहे. जगातल्या सौंदर्यालाच नव्हे तर सौजन्यालासुद्धा अपरिचिताविषयी मनुष्याला वाटणाऱ्या या कौतुकाचाच बहुधा आधार असतो असे दिसून येईल.

दूध पिता पिता मी आश्चर्याने म्हटले, ''चांगलं आहे आजचं दूध. आमच्या दूधवाल्याची बाव आटली की, गावात नुकत्याच होऊन गेलेल्या सत्याग्रहाचा त्याच्या मनावर परिणाम झाला?'' काही केल्या हे कोडे मला उलगडेना! ''दूध अमृत खरे! पण ते पृथ्वीवरले अमृत. पृथ्वीचा तीनचतुर्थांश भाग पाण्याने व्यापलेला आहे, हे खरे ना? मग पृथ्वीवरच्या अमृतातही तितकं पाणी असलं म्हणून काय झाले?'' असले काहीतरी बोलून दररोज माझ्या बंडखोर जिभेची मला समजूत करावी लागे! पण आज-

आज दूध पिताना माझी ब्रह्मानंदी टाळी लागली होती. ''काय छान आहे आजचे दूध!'' पेला खाली ठेवता ठेवता मी उद्‌गारलो. माझी पत्नी हसत म्हणाली, ''पहिलाच दिवस आहे आजचा!''

''नवीन रतीब लावला की काय?''

माझ्या पत्नीने होकार दिला.

आजच्या दुधाच्या चांगुलपणाचे श्रेय उन्हाळ्याला अगर महात्मा गांधींना नसून पहिल्या दिवसाला आहे, हे ऐकताच माझा ब्रह्मानंद कुठल्या कुठे नाहीसा झाला! आजचा पहिला दिवस म्हणून दूध चांगले मिळाले. उद्या दुसरा- परवा तिसरा! दिवसांचे काय, ते व्याजाप्रमाणे भराभर वाढत असतात! पण दिवसांबरोबर दुधातील पाणीही वाढू लागणार आणि शेवटी मी पितो ते दूध की पाणी आहे, याची चौकशी करण्याकरिता रसायनशास्त्रज्ञांचे मंडळ नेमावे लागणार. ही आपत्ती टाळायची कशी? एकच उपाय! दररोज नव्या गवळ्याकडून दूध घ्यायचे!

पण आल्या दिवसाला नव्या गवळ्याचे घर सापडायचे भाग्य गोकुळात कृष्णालासुद्धा लाभले नसेल! मग माझ्यासारख्याची काय कथा? दररोज नवी बायको करणाऱ्या राजामुळे जगाला अरबी भाषेतील सुरस व चमत्कारिक गोष्टी ऐकायला मिळाल्या. दररोज नवा गवळी शोधणाऱ्या माणसाच्या हातूनसुद्धा वाङ्मयात अशीच भर पडण्याचा संभव आहे! पण मराठी वाङ्मयाचे तेवढे सुदैव आहे कुठे?

'पहिलाच दिवस आहे आजचा' हे माझ्या बायकोच्या तोंडचे दुधाविषयीचे उद्गार गडकऱ्यांनी ऐकायला हवे होते. 'पहिले मूल, पहिले फूल, पहिले चुंबन' या सर्वांतील काव्य क्षणभंगुर आहे, अशी त्यांची क्षणार्धात खात्री झाली असती! पहिले मूल म्हणजे काय? पुढील पाळण्याची प्रस्तावना! पुस्तकाच्या प्रस्तावनेप्रमाणे ती बहुधा फसवीच असायची. ग्रंथ वाचताना अनेक वाचक लेखकापेक्षा प्रस्तावनाकारालाच शिव्या देत नाहीत का? मुलांच्या बाबतीतही तसेच होते. माझे एक कुटुंबवत्सल स्नेही आहेत. वर्षाने त्यांच्या घरी गेले की, नवे कॅलेंडर, नवे पंचांग आणि नवी डायरी यांच्याबरोबर एक नवा चेहराही तिथे दृष्टीला पडायचा हा नियमच ठरून गेला आहे. याबाबतीत कुणी थट्टेने प्रश्न केलाच तर ते म्हणतात, "अहो, संकटातून संकटं ही यायचीच." पहिल्या मुलाने, बापाचे हे शिफारसपत्र काव्यदेवतेला अर्पण करण्याजोगे आहे यात संशय नाही.

'पहिले चुंबन' ही गडकऱ्यांची कविता शृंगारिक आहे असे मी तरी म्हणणार नाही. 'ठेवुनि मुख सखीच्या गाली । आणिली गुलाबी लाली । त्यावरी ।' अशा काही लाल ओळी या कवितेत आहेत हे खरे! पण कविता वाचल्यानंतर त्या लाल ओळींऐवजी करुणाची कृष्णछायाच मनावर नाचू लागते.

'हा खेळ एक निमिषाचा । एकदाच अनुभव त्याचा । नच पुन्हा ।' या ओळी पुन्हा पुन्हा गुणगुणाव्याशा वाटत नाहीत काय? पण या ओळीत आनंदाच्या जन्माबरोबर त्याच्या मृत्यूचेही वर्णन आहे.

> 'एकदाच अनुभव त्याचा । आरंभ अंत सौख्याचा । एकदा ।
> आयुष्य न त्याला पळही । जन्मही पुन्हा त्या नाही । एकदा ।
> मनि चटका लावायासी । पाठवी दैव जणु त्यासी । एकदा ।
> निशिदिनी । वाटते मनी । नित्य जन्मुनी ।
> मरण सोसावे । परि पहिले चुंबन घ्यावे । फिरूनही! ।।'

या कडव्यात शृंगाराचा उन्मादकपणा ज्याला भासत असेल तो भाग्यवान म्हटला पाहिजे! मला तर त्यातून एका कटू सत्याचे करुण आक्रंदन ऐकू येते- पहिल्या चुंबनाची गोडी पुन्हा कधीही मिळणार नाही. 'एकदाच अनुभव त्याचा । नच पुन्हा ।' एका प्रहसनातील नायिका विवाहानंतर पतीस म्हणते, 'आपले लग्न

ठरण्यापूर्वी तू माझ्याकडे सेकंद-काट्याच्या वेगाने येत होतास, लग्न ठरताच तू मिनिटकाटा झालास आणि निर्दया, आता लग्न झाल्यावर तर तुझी गती तासकाट्याइतकी मंद झाली आहे!' या नायिकेच्या उपमा कदाचित हास्यजनक असतील! पण तिचा अनुभव करुण नाही असे कोण म्हणेल?

पहिला दिवस! त्या दिवसाची मौज काही निराळीच असते. आपला जगातला पहिला दिवस कुणालाही आठवत नाही ही किती दु:खाची गोष्ट आहे! कॉलेजमधील विद्यार्थिदशा अद्भुतरम्य खरी, पण तिथेसुद्धा पहिल्या दिवसाची सर दुसऱ्या कुठल्याही दिवसाला येत नाही. शिक्षक म्हणून मी प्रथमत: ज्या वर्गात पाऊल टाकले तो वर्ग अजून माझ्या डोळ्यांपुढे वारंवार उभा राहतो! त्या वर्गात अगर माझ्यात त्या दिवशी विशेष असे काय होते? सर्कशीला नेलेल्या लहान मुलांप्रमाणे दिसणारे विद्यार्थ्यांचे चेहरे आणि नवशिकेपणामुळे मला वाटणारी भीती याखेरीज दुसरे काय असणार? घटस्फोटाच्या कायद्याची उत्सुकतेने वाट पाहणाऱ्या जोडप्यांना त्यांच्या पहिल्या भेटीची यथार्थ आठवण करून देणारे औषध जर कुणी शोधून काढले तर त्यांची मनेसुद्धा क्षणभर डळमळल्यावाचून राहणार नाहीत.

पहिलेपणात ही स्वर्गीय अद्भुतरम्यता कुठून येते? कोणतीही गोष्ट परिचित झाली की, तिच्यातील गोडी– थोडी तरी का होईना- कमी होते हेच खरे! अतिपरिचयादवज्ञा या नियमाला स्वत:चा चेहरा अगर दारू असे काही थोडे अपवाद असतील. पण कुठेही पाहा, जिकडेतिकडे त्याची उदाहरणे विपुल आढळतात. घरी एक दिवस राहणारा पाहुणा यजमानाच्या सौजन्याचे पोवाडे गात जातो, पण तोच पाहुणा महिनाभर राहू द्या! त्याने घराच्या मालकावर विडंबन काव्य केलेच म्हणून समजावे. संन्याशाविषयी आपल्या समाजात पूर्वी फार आदर असे. या आदराचे मूळ तो एका गावात तीन दिवसांपेक्षा अधिक काळ कधीही राहत नसे, या गोष्टीतच असण्याचा संभव नाही का?

पहिलेपणाची गोडी परिचयाच्या अभावात असते हेच खरे. पहिलेपण म्हणजे मनुष्याच्या आशेला होणारा अपत्यलाभ होय. आशेच्या पोटी अनुभव जन्माला येतो खरा! पण तो आईच्या मुळावरच येतो! पहिलेपणाची गोडी दुसरेपणात नाही याचे कारण हेच आहे. पुढे अनुभवाने कितीही आनंदित होण्याचा प्रयत्न केला तरी मधूनच त्याचे मातृहीन हृदय आशेला उद्देशून करुण स्वराने गुणगुणू लागते-

'हे गुंतले जिवाचे । पायी तुझ्याच धागे
ये रागवावयाही । परि येइ येइ वेगे'

'काशीस जावे, नित्य वदावे' असे जुने लोक म्हणत असत त्याचेही मर्म हेच असावे. काशीला जाण्याच्या गोष्टी बोलण्यात आणि कल्पनेने पुढील चित्रे रंगविण्यात जो आनंद आहे, तो काशीला जाताना अगर गेल्यावर टिकणे कधीतरी शक्य आहे

का? घरी आरामखुर्चीवर अगर अंथरुणावर पडून आईबरोबर काशीयात्रेचे बेत करताना मोटार नादुरुस्त होत नाही, आगगाडीतली गर्दी जाणवत नाही, पंड्यांच्या चक्रव्यूहाची भीती वाटत नाही आणि काशीतल्या बोळातली घाणही नाकात शिरत नाही! पण प्रत्यक्ष प्रवासाचा प्रसंग येऊ द्या! काशीयात्रा म्हणजे दुसरी कैलासयात्राच आहे असा अनुभव येतो!

पहिलेपणाची सर दुसरेपणाला येत नाही- मग ते लग्न असो नाहीतर विघ्न असो! हौशी बिजवर आणि दुसऱ्यांदा लढाईवर जाताना भीतीने ग्रस्त झालेला शिपाई दोघेही जगात विरळाच! पहिलेपणाची मोहिनी पुढे टिकत नाही म्हणून तर जग इतके दु:खी झाले आहे. पण दुसरेपणात पहिलेपणाची गोडी आणायची कशी? मुलाने उत्साहाने अभ्यास करावा म्हणून त्याला दररोज नव्या शाळेत पाठविणे शक्य नाही. 'गडकरी' आणि 'यशवंत' यांनी प्रेमभंगाची गीते आपल्याला पाहून लिहिली आहेत असे मानणारा तरुण कितीही श्रीमंत असला तरी त्याला दररोज नवी बायको थोडीच करता येणार आहे? तुमचा दूधवाला कितीही प्रामाणिक असो, पहिल्या दिवशीइतके चांगले दूध तो नेहमी देईल ही आशाच करू नका! चांगले दूध हवे तर स्वत: गाय पाळणे हाच उत्तम पंथ. गोपालनाचे पुण्य तर मिळेलच; शिवाय गोरक्षणविषयक वर्तमानपत्रात नावही छापून येईल. गाईला चारा घालणे, गाईच्या पाठीवरून प्रेमाने हात फिरवणे, तिच्या मानेखाली खाजविणे, खरेच– किती आनंददायक कामे आहेत ही!

पण एक मात्र विसरू नका हं! गाय पाळली नाहीत तोपर्यंतच ही मौज आहे. पहिल्या दिवशी मोठ्या आनंदाने कराल तुम्ही ही कामे. पण दुसरे दिवशी? गाईच्या लाथा, शेणाची घाण वगैरे गोष्टी सोडून द्या, पण दुसरा दिवस म्हणजे काही पहिला दिवस नव्हे! नाटकात अन् कादंबऱ्यांत लेखक नायक-नायिकांचे प्रथमदर्शनी प्रेम जडवितात याचे कारण हेच आहे. पहिल्या दर्शनाच्या वाहत्या गंगेत हे धूर्त लेखक हात धुऊन घेतात. तेवढी संधी गेली की, नायक-नायिकांचे लग्न जुळण्याची आशा नाही हे त्यांना पक्के ठाऊक असते.

पहिलेपणाचे माहात्म्य असे आहे आणि त्याचा फायदा मीही यथाशक्ती घेत असतो! मरणाचा विचार मनात यायला अमुकच कारण लागते असे नाही. रस्त्याने जाताना प्रेत दृष्टीला पडते, वर्तमानपत्रे वाचताना अपघाताची जानपछान होते, काव्यात तर कवी एकदम फुलावरून उडी मारतो तो चितेवर जाऊन पडते! अशा वेळी मनुष्याचे मन उदास होणे काही अस्वाभाविक नाही. पण हा उदासीनपणा घालविण्याकरिता मी म्हणतो, 'मरणाला काय भ्यायचं एवढं?' परलोक पूर्वी पाहिल्याचे काही आपल्याला आठवत नाही. परलोकाला आपली ही बहुधा पहिलीच भेट असावी! अन् पहिलेपणात गंमत नाही असे कधी झालेय की काय? दुसऱ्यांदा

मरायची पाळी येईल तेव्हा पाहता येईल! पण पहिल्यांदा एकदा गमतीने मरायला काय हरकत आहे? परलोकातल्या पहिल्या दिवसाची मौज तरी त्यामुळे लुटायला मिळेल.

●

तीन : रबरी फुगे

परिचय :

बालपण आणि प्रौढ वय यांच्यात दोन ध्रुवांचे अंतर असलेच पाहिजे अशी अनेक व्यावहारिक मनुष्याची समजूत असते. पण 'प्रौढत्वी निजशैशवास जपणे बाणा कवीचा असे' ही केशवसुतांची उक्ती केवळ कवीलाच नव्हे तर, प्रत्येक मनुष्याला मार्गदर्शक होणारी आहे. जीवनाकडे फाजील व्यवहारी किंवा अकारण गंभीर अशा दृष्टिकोनातून अष्टौप्रहर पाहणाराला जीवनाचा अर्थसुद्धा कळत नाही. मग त्याच्यातल्या अपूर्व रसाचा आस्वाद त्याला कोठून मिळणार? मोठेपण– मग ते वयाने आलेले असो अथवा कर्तृत्वाने प्राप्त झालेले असो- जो सहज विसरू शकतो तोच खरा मोठा मनुष्य! राजकारण आणि जीवनदर्शन यात व्यग्र असलेले गांधीजी बालकांशी हास्यविनोद करण्यात रंगून जातात याचे रहस्य तरी दुसरे काय आहे?

'तू रागावणार नसशील तर-'

माझ्या मित्राची ही प्रस्तावना ऐकून मी तर चकितच झालो. मघापासून तो घुमेपणाने का चालत आहे हे आता माझ्या लक्षात आले. वादळापूर्वीची शांतता होती ही!

पण मित्रामित्रांमध्ये होऊन होऊन कितीसे मोठे वादळ होणार? असली वादळे नेहमी चहाच्या पेल्यात शांत होतात या खात्रीने मी त्याच्याकडे हसून पाहिले. बोलावे की बोलू नये या विचारात तो पडला आहे असे दिसले. त्याला काय विचारायचे आहे तेच मला कळेना. मी दारू प्यायला लागलो म्हणून त्याला कुणी सांगितले, की एखाद्या कुप्रसिद्ध बाईबरोबर मी रात्री-अपरात्री फिरत असतो अशी बातमी एखाद्या गावठी रूटरने त्याला दिली? काय, झाले आहे तरी काय?

त्याच्या मुद्रेवरील गंभीरपणा पाहून मी अधिकच गोंधळलो. माझ्याविषयी त्याचे प्रेम अगदी निरपेक्ष होते. लेखक म्हणून स्वत:विषयी मलासुद्धा जेवढा अभिमान वाटत नाही, तेवढा त्याला माझ्याबद्दल वाटत असे. काहीतरी विलक्षण बातमी कानावर आल्याखेरीज, 'तू रागावणार नसशील तर-' असे बिचकत म्हणून तो मध्येच थांबला नसता!

कुणाचे तरी वाक्य मला आठवते- अंतराळातसुद्धा फुलणारी एक विषारी वेल आहे. तिचे नाव कुटाळकी!

मला वाटले- आपल्याविषयी कुणी काय अफवा उठविली असेल कुणाला ठाऊक! वरेरकरांच्या एका गोष्टीत बायकोला घेऊन फिरायला जाणाऱ्या नवऱ्याविषयी संशय घेणारा गृहस्थ दाखविला आहे ना? तसेच काहीतरी माझ्याही बाबतीत झाले असेल! नाही कुणी म्हणावे?

फाशीपेक्षा चौकशीचाच त्रास मनुष्याला अधिक वाटतो! 'तू रागावणार नसशील तर-' एवढे शब्द उच्चारून पुन्हा मुकाट्याने चालणाऱ्या माझ्या मित्राचा असा राग आला मला! वाटले- काय मनात असेल ते फाडफाड बोलत का नाही हा?

'काय बोलायचं ते बोल ना!' असे मी दोनतीनदा म्हटले, तेव्हा कुठे त्याने सुरुवात केली- 'काल तुझ्याकडे ते रावसाहेब आले होते-'

तो पुढे काहीतरी बोलेल अशी माझी कल्पना होती. पण पुन्हा त्याने मघाप्रमाणे मौनाचा आश्रय केला.

काल या मित्राच्या ओळखीचे परगावाहून आलेले एक रावसाहेब मला भेटायला आले होते खरे! पण त्यांच्या आगमनाची सूचना मला आगाऊच मिळाली असल्यामुळे त्यांच्या स्वागतात मी तिळभरसुद्धा उणे पडू दिले नव्हते. घरगुती तुपाचा शिरा, बटाटा पोहे, चहा, सुपारी, वेलची, खोबरे – हात धुतल्यावर त्यांना हात पुसायला रुमाल दिला तोसुद्धा परीटघडीचा होता. पण म्हणतात ना! शेळी जाते जिवानिशी नि खाणारा म्हणतो वातड! रावसाहेब न्यायाधीश असल्यामुळे त्यांच्या हाताखाली दहापाच नोकर-चाकर असतील, बसल्या जागीच हात धुण्याकरिता तस्त त्यांच्यापुढे येत असेल, स्वत:च्या हातांनी पाणी घ्यायची त्यांना सवय नसेल-

पण एवढ्यासाठी त्यांनी माझ्याविरुद्ध माझ्या मित्राकडे तक्रार करावी? त्यांनी माझ्या मित्रापाशी नाखुशीचे उद्‌गार काढले असावेत हे तर त्यांच्या चाचरत बोलण्यावरून उघड होत होते. पण रावसाहेबांची स्वारी याच मित्राचे परिचयपत्र घेऊन आली असल्यामुळे ज्या बाबतीत त्यांना नाखूश करणे जरूर होते, तिच्यातसुद्धा मी भिडेने गप्प बसलो. त्यांनी आपल्या सर्व कविता वाचून व एकदोन गाऊनही दाखविल्या. मी हू की चू न करता त्या ऐकल्या. आपल्या काव्यसंग्रहाला प्रस्तावना लिहिण्याची गळ त्यांनी मला घातली. मित्राच्या मुरवतीसाठी तेही मी कबूल केले आणि असे असून न्यायाधीश असलेला तो सद्‌गृहस्थ माझ्या मित्राकडे खुशाल माझ्याविरुद्ध तक्रार करतो! याचा अर्थ काय?

माझ्या एकदम लक्षात आले. त्या गृहस्थांची तक्रार काय आहे हे माझ्या मित्राने मला सांगितलेच नव्हते.

माझ्या मुद्रेवरले कुतूहल त्याच्या लक्षात आले.

तो म्हणाला - "रावसाहेब आले तेव्हा तू काय करीत होतास?"

"खेळत होतो!"

"कशानं? पत्त्यांनी!"

"अंऽहं -रबरी फुग्यांनी!"

"त्यांनीच तर सारा घोटाळा केला!"

"म्हणजे?"

"तुझ्याविषयी त्यांना पूर्वी किती आदर वाटत होता!"

"मग आता तो पार नाहीसा झाला की काय?"

"तसं नाही रे! पण ते म्हणाले- मनुष्याविषयी दुरून वाटणारा आदर हा रबरी फुग्यासारखा असतो. तो वाढता वाढता नाहीसा होतो. तुझं लिखाण वाचून ते मुद्दाम तुला भेटायला आले. तुझ्याविषयी त्यांच्या कल्पना फार मोठ्या होत्या. तब्बल तासभर तुझ्या घरी बसून त्यांनी पाहिलं- पण मुलांशी रबरी फुग्यांनी खेळण्याखेरीज तू दुसरं काहीच केलं नाहीस!"

रावसाहेबांच्या तक्रारीची नक्की कल्पना येताच मनातल्या मनात मी हसलो. खरंच, मला पाहताच त्यांच्या मनाला फार धक्का बसला असावा! एकीकडे ज्ञानकोशाचे एकवीस खंड, दुसऱ्या बाजूला शब्दकोश आणि त्याचे इतर भाऊबंद, टेबलावर कागदाची दोन-तीन रिमे आणि चहाचे तीन-चार पेले अशा सजावटीत त्यांनी मला पाहिले असते, तर त्यांचा आदर बहुधा द्विगुणित झाला असता. पण मी त्यांच्या दृष्टीला पडलो तो रबरी फुगे फुगवीत अवी-मंदाशी खेळताना! एखाद्या संन्याशी मनुष्याच्या तोंडून 'तुझ्या गं गुलाबाची कळी लाजरी' ही ओळ ऐकल्यासारखे झाले असेल त्यांना!'

कालचे सारेच प्रसंग माझ्या डोळ्यांपुढे उभे राहिले.

त्यांनी माझ्या चालू कादंबरीचे हस्तलिखित पाहायला मागितले. मी नुकतेच पुरे केलेले प्रकरण त्यांच्या हातात दिले. त्यांनी आश्चर्याने प्रश्न केला, "पेन्सिलीनं लिहिता तुम्ही?"

"हो!"

"मला वाटत होतं- तुमचा लिहिण्याचा कागद मोठा सुंदर असेल नि एका विशिष्ट फाउंटनपेननंच तुम्ही लिहीत असाल!"

या उद्‍गाराचे उत्तर मी स्मितानेच दिले.

माझी लिहायला बसायची खोली पाहण्याचा त्यांनी हट्टच धरल्यामुळे मी त्यांना त्या खोलीत घेऊन गेलो. इकडेतिकडे चौकस दृष्टीने पाहून त्यांनी विचारले- "तुमचं लिहिण्याचं टेबल कुठं आहे?"

कोपऱ्यातल्या एका बैठ्या, पेटीवजा टेबलाकडे मी बोट दाखविताच त्यांनी

आपली नजर भिंतीवरल्या फोटोकडे वळविली. त्या फोटोत माझ्या एका स्नेह्याने दिलेली 'सूर्योदय' व 'सूर्यास्त' ही चित्रे, महात्मा गांधींच्या दांडीयात्रेचा फोटो नि माझ्या पत्नीचे व मुलीचे तीन-चार फोटो होते. हे फोटो पाहताना, 'या फोटोंकडे पाहून तुम्हाला सुंदर कल्पना सुचतात? आश्चर्य आहे बुवा!' असा काहीतरी भाव त्यांच्या चेहऱ्यावर क्षणभर चमकूनही गेला.

या साऱ्या गोष्टी आठवताच रावसाहेबांच्या मोठेपणाच्या कसोटीला मी उतरलो नाही, हे स्वाभाविकच होते असे मला वाटले.

मी माझ्या मित्राला म्हटले-

"रावसाहेब आले तेव्हा माझ्या हातात रबरी फुगे होते म्हणूनच त्यांचं काम झालं!"

तो माझ्याकडे टकमक पाहू लागला. मी पुढे म्हणालो -

"त्यांच्या अपेक्षेप्रमाणं जर मी एखादा जाड टीकाग्रंथ वाचीत बसलेला असतो तर-"

"तर काय झालं असतं?"

"त्यांच्या काव्यसंग्रहाला प्रस्तावना लिहिण्याचं मी कधीच कबूल केलं नसतं!"

माझ्या बोलण्याचा रोख त्याच्या लक्षात आला नाही म्हणून मी म्हणालो-

"रबरी फुगे फुगविण्यात नि त्यातले काही फुटले तरी त्या गमतीत रंगून जाण्यात मुलांना केवढा आनंद होतो, हे मी डोळ्यांनी पाहत होतो. तेव्हा मला वाटलं- रावसाहेब झाले तरी एक लहान मूलच आहेत. फुगे फुगविताना अवी-मंदांना जो आनंद होत आहे, तोच या नीरस, सामान्य कविता लिहिताना त्यांना झाला असेल! आपण प्रस्तावना लिहायचं नाकारलं तर त्यांच्या बालिश आनंदाचा विरस होईल. तेव्हा-"

माझ्या मित्राच्या हसण्यावरून त्याला माझे म्हणणे पटले असे दिसले.

मी स्वतःचे समर्थन करण्याकरिता हे बोलून गेलो खरे, पण त्यात खोटे असे काय आहे? निर्मितीच्या आनंदामुळेच जगात अगणित दुःख असूनही मनुष्य जीवनावर उत्कट प्रेम करतो! मग ती निर्मितीची शक्ती एखादा सुरकुतलेला रबराचा पोकळ तुकडा फुंकून त्यातून रसरशीत वाळकाप्रमाणे दिसणारा भलामोठा फुगा उत्पन्न करो, लहानशा रोपट्याला खतपाणी घालून त्याच्यावर सुंदर फुले फुलवो, दिलरुब्याच्या तारांतून भावना उचंबळून टाकणारे सूर काढो, आकाशात भरारी मारणाऱ्या एखाद्या पाखरावर सुंदर काव्य करो, नऊ महिने पोटात सांभाळून प्रसूतिवेदनांची पर्वा न करता गोंडस बालकाला जन्म देवो अथवा अशा बालकांचे तेजस्वी युवकांत रूपांतर करो! त्या शक्तीचा उपयोग हाच जीवनातल्या उत्कट आनंदाचा विलास. आपण काहीतरी निर्माण करीत आहोत, जगाच्या सौंदर्यात

क्षणभरच असो अगर कणभरच असो भर घालीत आहोत, ही कल्पनाच किती मोहक आहे!

निसर्ग शतकानुशतके मनुष्याला मुग्ध करून सोडीत आला आहे. याचे कारण नवजीवन निर्माण करण्याचे त्याचे हे सामर्थ्यच नाही का? दिवसा आकाशातून जाणाऱ्या साध्या ढगांकडे फार वेळ कुणी पाहणार नाही, पण संध्याकाळच्या वेळी रंगीबेरंगी फुग्यांप्रमाणे ते निरनिराळे आकार धारण करू लागले किंवा त्यांच्यातून पावसाच्या धारा खळखळून पडू लागल्या म्हणजे मनुष्य आपले वयच नव्हे तर भानसुद्धा विसरून जातो!

रावसाहेब खरे कवी असते तर फुग्यांनी मी खेळत बसलो आहे हे पाहून त्यांना आनंद झाला असता. कदाचित त्यांना एखादी कवितासुद्धा सुचली असती! जीवनातल्या विविध रसांशी समरस होणे हेच लेखकाचे काम नाही का? आणि आयुष्यातल्या आपल्या विविध अनुभवांना रबरी फुग्यांखेरीज अधिक चांगली अशी कुठली उपमा देता येईल? विद्या, मैत्री, कीर्ती, प्रीती हेसुद्धा वेळोवेळी जीवनाला शोभा आणणारे सुंदर रबरी फुगेच नाहीत का? आपण ते फुगवून फार मोठे करू लागलो तर ते फुटूनही जातात, पण ते फुटून गेले किंवा शोभेच्या वस्तू म्हणून आपल्यापाशी राहिले तरी हे फुगे फुगविताना झालेला आनंद काही खोटा ठरत नाही!

संस्कृत शिकू लागलो तेव्हा व्याकरणातील क्लिष्ट रूपे पाठ करतानासुद्धा मी किती रंगून जात असे. त्या रूपांच्या साहाय्यानेच कितीतरी अवघड श्लोक मला लावता येत असत. त्या वेळी पाठ केलेल्या असल्या सुंदर श्लोकांपैकी बहुतेक मी आज विसरून गेलो आहे आणि जो एखाददुसरा मला आठवतो त्यातल्या काव्याचे स्वरूप थोडासा पारा उडालेल्या आरशासारखे झाले आहे. असे असले तरी संस्कृत शिकताना आनंदात घालविलेले ते दिवस आठवले, की त्याच हौसेने समाजवादाचा अभ्यास करावा असे मला वाटू लागते.

माझ्या जुन्या मित्रांपैकी काही मृत्यूने माझ्यापासून दूर नेले आहेत. काही गैरसमजामुळे दुरावले आहेत आणि कित्येकांचा स्वार्थमूलक अहंकार दु:सह होऊन मीच त्यांच्यापासून दोन पावले दूर राहू लागलो आहे. पण लहानपणाच्या लंगोटीयार दोस्तापासून केस पांढरे होऊ लागल्यानंतर मिळालेल्या पायजमावाल्या मित्रापर्यंत प्रत्येकाच्या मैत्रीने माझ्या आयुष्यात आनंदाचे झरे उत्पन्न केले आहेत. यातले कित्येक झरे सुकून गेले, कित्येक वाटेवरल्या वाळवंटात गुप्त झाले; पण त्यांच्या काठी बसून जे निर्मळ पाणी प्यालो, त्याची आनंददायक स्मृती माझ्या मनातून कधीही नाहीशी होणार नाही!

मैत्रीचीच गोष्ट कशाला हवी! पंचविशीत ज्या प्रीतीवरून मनुष्य आपला जीव कुरवंडायला तयार होतो, तीच प्रीती त्याला चाळिशीत एखाद्या रंग विटलेल्या

वस्त्रासारखी दिसू लागते. पण मला वाटते, पंचविशीतले यौवन परत देणारा एखादा देव उत्पन्न झाला तर आपल्या पुढच्या आयुष्यातले एकेक वर्ष देऊन त्याऐवजी पंचविशीतला एक-एक महिना घ्यायला बहुतेक लोक तयार होतील.

मला भेटायला आलेल्या रावसाहेबांना गुरुस्थानी असलेले एखादे रावबहादूर पंचविशीतल्या प्रीतीची ही तरफदारी ऐकून नाक मुरडतील आणि म्हणतील- 'उं! पंचविशीतील प्रीती उन्मादक असते खरी! पण तोसुद्धा एक रबरी फुगाच आहे!'

मी नम्रतेने त्यांना उत्तर देईन-

''रावबहादूर, तसं पाहिलं तर मनुष्याचं आयुष्य हा एक मोठा फुगा आहे! म्हणून जगात कुणाला आपला जीव नकोसा झाला आहे का? तुमच्या आमच्यासारख्या मनुष्याची गोष्ट सोडून दिली तरी आपण ज्या मातेच्या अंगावर जन्मभर खेळत असतो ती धरणीसुद्धा एक फुगाच आहे! सांभाळा बुवा! ही धरणी हळूहळू थंड होत चालली आहे म्हणे! तिचा फुगासुद्धा कधीतरी फुटणारच!''

रावबहादूर आ वासून माझ्याकडे पाहू लागतील. मी उत्तरादाखल गुणगुणू लागेन-

'वंदे मातरम् - सुजलां, सुफलां, सस्यश्यामलाम् मातरम्!'

चार : संकेत

परिचय :

आपले आचार, विचार, कल्पना इत्यादी गोष्टींकडे कुणी बारकाईने पाहिले तर त्यात अंध अनुकरणाचा भागच अधिक आहे असे त्याला आढळून येईल. जे परंपरेने चालत आले आहे ते पवित्र असलेच पाहिजे, अशी सामान्य माणसाची समजूत असते. जग आणि जगाबरोबर जीवन क्षणाक्षणाला बदलत आहे याची जणूकाही त्याला जाणीवच असत नाही. जुन्याला आंधळेपणाने कवटाळून बसणाऱ्या या प्रवृत्तीबद्दलचा लेखकाचा सूक्ष्म असंतोष या लघुनिबंधात प्रगट झाला आहे.

अगदी चवताळून उठलो मी अंथरुणावरून! डोळ्याला डोळा लागला नाही तो. कुठल्याशा भुंग्याने माझ्या खोलीत प्रवेश करून आपली घरघर सुरू केली होती. भुंग्याच्या आवाजाला 'गुंजारव' म्हणून पहिल्यांदा संबोधणारा कवी बराचसा बहिरा असला पाहिजे. माझ्या मच्छरदाणीवर येऊन जेव्हा त्याने आपले गायन सुरू केले, तेव्हा मला तर विमानच खाली उतरू लागल्याचा भास झाला.

माझे डोळे अगदी पेंगळून गेले होते आणि हा गावठी ग्रामोफोन बंद होण्याचे तर काहीच लक्षण दिसेना! ताडकन उठलो, केरसुणी पैदा केली आणि भृंगराजांचा पाठलाग करून त्यांना यमसदनाला पाठवून दिले. आता शांत झोप येईल या आशेने अंथरुणावर मी अंग टाकले. पण निद्रा ही प्रीती आणि कीर्ती यांची सख्खी बहीण आहे. अगदी मुलखाची लहरी! मी तिच्याशी पाठशिवणीचा खेळ खेळू लागताच तिने लपंडावाचा आश्रय केला.

या कुशीवरून त्या कुशीवर होताना एकदम त्या मघाच्या भुंग्याची मला आठवण झाली. वाटले, त्या बिचाऱ्याला उगीच मारले मी! त्यापेक्षा मीच कानात कापसाचे बोळे घालून निजलो असतो तर निदान अहिंसाव्रताचे पालन केल्याचे श्रेय तरी मिळाले असते. मी भुंग्याला मारले ही एकच गोष्ट काव्याला ओहोटी लागली आहे हे सिद्ध करायला उद्या पुरी होईल! एवढा शूर दुष्यंत राजा! पण शकुंतलेला त्रास देणाऱ्या भुंग्याला मारायला काही त्याचा हात धजला नाही! उलट दुष्यंताचे शिफारसपत्र घेऊन तो भुंगा कुठेही गेला असता तरी त्याला सहज नोकरी मिळाली असती. कारण प्रसंगी इंद्राच्याही साहाय्याला जाणारा पराक्रमी दुष्यंत त्याला अशी शरणचिठ्ठी लिहून देतो-

'वीर भ्रमरा, जन्मुनि सार्थक केले तू या जगी ।
बसलो विचारात आम्ही उगी ॥'

कदाचित माझ्या खोलीत आलेला भुंगा दुष्यंताच्या कृपेने कण्वाच्या आश्रमात जिवंत राहिलेल्या भुंग्याचाच दत्तक वंशज नसेल कशावरून? दुष्यंताचीच गोष्ट कशाला हवी? सारे संस्कृत काव्यवाङ्मय पाहावे. भुंग्यांच्या विपुल उल्लेखांवरूनच त्याला उद्यानाची उपमा देण्याचा मोह कुणालाही होईल. बरे, शपथेला एका श्लोकात तरी भुंगा त्रासदायक असतो असे एखाद्या कवीने म्हणावयाचे होते! छे! संस्कृत कवींचे या भुंग्यावर अगदी अंधप्रेमच असावे!

रात्रिर्गमिष्यति भविष्यति सुप्रभातम
भाखान् उदेष्यति हसिष्यति चक्रवाकम् ।
कोशंगते मनसि चिन्तयति द्विरेफे
हा हन्त हन्त नलिनी गजमुज्जहार ॥

हा श्लोकच पाहाना! कमळ संध्याकाळी मिटते हे काय कमलिनीत अडकलेल्या या श्लोकातल्या भुंग्याला ठाऊक नव्हते? दिवस मावळला तरी हा मूर्ख राहिला कशाला तिथे! 'मोहाचा परिणाम असाच सर्वनाशात व्हायचा' असे सनातन तात्पर्य या भुंग्याच्या उदाहरणावरून निघत असताना, या श्लोककाराने त्याला अगदी हुतात्मा करून टाकले आहे! तुरुंगातून बाहेर सुटणाऱ्या चोरांचे देशभक्त म्हणून स्वागत व्हावे त्यातलाच हा प्रकार नाही का!

विक्रमोर्वशीयात उर्वशीच्या विरहाने वेडा झालेला राजा भुंग्याला तिची माहिती विचारतो तीसुद्धा किती अदबीने! हंसाला तो म्हणतो, 'हंस प्रयच्छ मे कान्ता.' पण भुंगा दिसताच स्वारी नरमते, 'मधुकर मदिराक्ष्या: शंस तस्या: प्रवृत्तिम्.' 'तू तिला पाहिली असतीस तर या कमळावर तू आसक्त झालाच नसतास.' तिसरा एक कवी भुंग्याला म्हणतो-

अपसर मधुकर दूरं परिमलबहलेऽपि केतकी गन्धे
इह नहि मधुलवलाभोऽस्ति-

पाहा, आधी सुगंधी केवड्याची निंदा आणि ती एका काळ्या, कर्णकटू आवाज करणाऱ्या विचित्र प्राण्याकरिता! फौजदारी वकीलसुद्धा अशी गोष्ट करायला तयार व्हायचा नाही! आणि या कवींनी- भावनेचा टेंभा मिरविणाऱ्या या प्रतिभावंतांनी असल्या भुंग्यांवर पदोपदी स्तुतिसुमने वाहावीत! बिचाऱ्यांच्या ध्यानीमनीही आले नसेल की, सुमनातला मधू संपताच हे भुंगे पुन्हा त्यांच्याकडे ढुंकूनही पाहणार नाहीत!

संस्कृत कवींच्या या भृंगभक्तीचे मला तरी एकच कारण दिसते. संकेतप्रियता, अगदी अंध अनुकरण! कुणातरी एका कवीला कुठल्या तरी एका वेळेला भुंग्यांचा गुंजारव आवडला आणि त्याच्या कमळाविषयीच्या आसक्तीचे कौतुक वाटले! झाले, भुंगा काळा असतो की गोरा असतो, त्याचे गायन ठुमरीसारखे लागते की,

तराण्यासारखे भासते, सुंदर चतुर प्राणी म्हणून प्राणिसृष्टीत तरी त्याला काही विशेष किंमत आहे की काय, याची चौकशी कोण करतो? साऱ्या कवींनी भुंग्यांची स्तुतिस्तोत्रे गायला सुरुवात केली. जो जो भुंग्यांचा काव्यात अधिक उल्लेख होऊ लागला; तो तो वृत्त, कल्पना, भावना याप्रमाणे तोही एका काव्याचा आवश्यक घटक होऊन बसला. कवींचे बहुमत भृंगपक्षाकडे गेले. मग बहुमत हा अनेकदा मूर्खांचा बाजारही असतो याची दखल कोण घेणार?

भुंग्याविषयीच्या पक्षपातामुळे कवींनी ज्या अनेक प्राण्यांवर अन्याय केला आहे त्यातील पाचच, माझे साक्षीदार म्हणून मी पुढे करतो. दिव्याभोवती रात्री प्रदक्षिणा घालणारी चिमणी फुलपाखरे कुणी पाहिली नाहीत? दिवसा बिचारी पोटाच्या पाठीमागे लागून गवताच्या फुलांच्या भोवतीसुद्धा पिंगा घालीत असतील! पण दीपज्योतीबरोबर त्यांची आत्मज्योतीही प्रज्वलित होते. रजनी ही ध्येयाची माता आहे हे त्यांना पाहिले की, तत्काळ पटू लागते. त्यांच्या या दिव्याभोवतालच्या प्रदक्षिणा-शिळेवर उभी राहिलेली सतीच काय ती त्यांच्याशी त्यागाच्या बाबतीत स्पर्धा करू शकेल आणि त्यांच्या त्या चिमण्या पंखांचे चित्रविचित्र मोहक रंग- बडोद्याला आम्ही जवाहिरखाना पाहण्याकरिता गेलो होतो आणि मुंबईच्या एका दुकानदाराने तर विविध रंगांच्या आणि किनारीच्या जरीच्या पातळांच्या चक्रव्यूहातच मला एकदा कोंडले होते! पण त्या दोन्ही वेळी माझ्या नेत्रांनी अनुभवलेले रंगसौंदर्य माझ्या दिव्याभोवती बागडणाऱ्या फुलपाखरांकडे पाहिले की, मला अगदी फिक्के वाटू लागते.

मी मुद्दामच सुंदर प्राण्याचे उदाहरण घेतले असे तुम्हाला वाटत असेल. मासा काही पतंगाइतका मोहक असत नाही. पण विरहाचे वर्णन करताना 'जळाविण जैशी मासोळी' असे म्हटले की, आमच्या कवीचा माशांशी संबंध संपला! तरुणांच्या मनातील प्रेमभावनांच्या नाजूक हालचालींप्रमाणे पाण्यात चाललेली त्यांची खळबळ सोडून द्या! पण जाळ्यांतून बाहेर काढल्यावरही तडफडताना, अगदी प्राण सोडतानाही, त्यांच्यातले खापीसारखे मासे विद्युत्‌दीपाप्रमाणे- अगदी हिऱ्यासारखे चमकतात, हे कितीशा कवींना ठाऊक असेल? त्यांची ती चमक देशाकरिता फासावर चढणाऱ्या वीरांच्या नेत्रांतील उज्ज्वल दीप्तीइतकीच आकर्षक असते.

सौंदर्याचा वरदहस्त तर राहूद्याच, पण साधा स्पर्शही ज्यांना झालेला नाही अशा प्राण्यांचा परामर्षसुद्धा काही कमी काव्यमय होणार नाही! हा पाहा कोळी! 'मॉडर्न रिव्ह्यू'मधील बंगाली चित्रांवरूनच त्याने आपले शरीर बनविले आहे असा एखाद्याला भास व्हावयाचा! ते काही का असेना; याचा स्पर्श मला नको असला तरी माझ्या खोलीच्या कोपऱ्यात त्याने आपला जो नवा बंगला बांधला आहे तो जमीनदोस्त करायला मी काही मोलकरणीला परवानगी देत नाही! माझ्या मच्छरदाणीला मानवी भावना असत्या तर या कोपऱ्यातील कलाकौशल्याला लाजून ती केव्हाच उशीत

तोंड खुपसून बसली असती! त्या दिवशी टेकडीवरच्या रस्त्यावर कोळ्याचे केवढे घर पाहिले मी! घर कसले, राजवाडाच होता तो! सूर्यकिरणांनी चमचमणारे त्या राजवाड्याचे चिमणे स्तंभ किती आकर्षक दिसत होते. सूत काढण्याच्या शर्यतीत जर कोळ्याला भाग घेता आला असता तर जास्तीत जास्त नंबराचे सूत काढून त्याने पहिला नंबर खास पटकावला असता! पण या कोळ्याचे कवितेत कुठे स्थान आहे; तर 'एका कोळियाने एकदा आपुले' या मराठी दुसऱ्या यत्तेच्या माजी पुस्तकात!

सुरवंट आणि वाळवी ही मंडळी उपद्रवी असतात, पण दुष्ट मनुष्यात गुण नसतात असे थोडेच आहे? दारू पिऊन बायकोला बडविणारा मनुष्य काय सुरस कादंबरी लिहू शकत नाही? व्यभिचारी मनुष्य देशभक्त असल्याचा दाखलाही इतिहासाच्या दप्तरी आहेच! सुरवंट अंगावर पडला म्हणजे कुत्सित टीकाकारांपेक्षाही अधिक त्रास देतो खरा! पण हे चिमुकले अस्वल वेलीच्या अग्राला लोंबकळून झोके घेते तेव्हा त्यांच्याकडे पाहण्याचा मोह कुणाला होणार नाही? गवताच्या चिमण्या पातीच्या टोकाला जाऊन जणूकाही तिचाच एक भाग म्हणून ही स्वारी स्वस्थ बसली म्हणजे तर समाधिस्थ योग्याचीच आठवण होते! वाळवीचेही तसेच आहे. अगदी थोड्या दिवसांत खुंटीवर ठेवलेल्या धोतराची मच्छरदाणी आणि मच्छरदाणीच्या चिंध्या करण्यात ती चतुर असते खरी! पण त्याबरोबरच तिचा हा गनिमी कावा आपल्याला कौतुकास्पद वाटत नाही का? एके दिवशी रात्री स्वच्छ केर काढून, शेंदरी घालून त्यावर मी आपली गादी पसरली. दुसऱ्या दिवशी सकाळी अंथरूण गुंडाळतो तो शेंदरीला चांगले छिद्र पडलेले! 'छिद्रेष्वनर्था बहुलीभवन्ति'! भराभर त्या छिद्रांतून वाळवीची सेना वर येत होती. शाहिस्तेखानावर छापा घालून शिवाजीने त्याची बोटे कशी कापली असतील याची मला त्या वेळी पूर्ण कल्पना आली!

केवळ संकेताला बळी पडल्यामुळे अशा प्राण्यांच्या सौंदर्याचा अगर चातुर्याचा आपल्या काव्याला उपयोग करण्याच्या ऐवजी भारतीय युद्धापासून दांडी सत्याग्रहापर्यंतचे सारे कवी भुंग्याभोवती पिंगा घालीत बसले आहेत. स्वर्गपाताळातही संचार करण्याचा जिचा अधिकार ती कल्पकताच जिथे अशा बंधनात पडते, तिथे पांगळ्या व्यवहाराच्या कपाळी अंधारकोठडीच यायची! स्वत:च्या मुलांची नावे ठेवायची असोत, अगर लोकांना नावे ठेवायची असोत, पूर्वसंकेतापलीकडे पाऊल टाकायला आम्ही कधीच तयार होत नाही. पक्वान्न करायचे असो अथवा प्रेम करायचे असो, ते पूर्वापार पद्धतीने करायचे हा तर आमचा सामाजिक बाणा! 'साध्याही विषयात आशय कधी मोठा किती आढळे' या केशवसुतांच्या ओळीत जीवन उच्चतर करण्याचा महामंत्रच सांगितला आहे खरा! पण साधे विषय असले तरी आंधळ्यांनी ते पाहायचे कसे? पूर्वज, पुराणे, परिस्थिती, ही सारी जणूकाही जीवनाला कोंडून ठेवण्याकरिता एक अभेद्य तट रचित असतात आणि मग त्या तुरुंगात वावरणाऱ्या जीवनाला वाटते-

हा तुरुंग म्हणजेच सारे जग!

संकेत हे राजमार्गाप्रमाणे प्रशस्त असतात. त्यामुळे धोपटमार्गाने जाणारांना आणि सोबतीची अपेक्षा करणाऱ्या भित्र्या लोकांना ते आवडावेत हे स्वाभाविकच आहे. राजमार्गाच्या बाजूला असलेली तीच तीच घरे आणि तीच तीच दुकाने पाहून कंटाळा आला तरी नव्या पाऊलवाटेने जाण्याचा धीरच होत नाही बहुतेक माणसांना! त्यांना वाटते, आपण कुठेतरी चुकू! बिचाऱ्यांना हे कळत नाही की, जो चुकतो तोच शिकतो! पृथ्वीप्रदक्षिणेत कितीही पुण्य आहे अशी खात्री असली तरी, तो राजमार्ग तयार झाल्यावाचून हे लोक त्याबाबतीत एक पाऊलसुद्धा पुढे टाकणार नाहीत!

खरे जीवन पिंजऱ्यात नसते, पिंजऱ्याबाहेरच ते नाचत असते, हे पाखराप्रमाणे माणसालाही कळायला हवे आणि म्हणूनच त्या भुंग्याला झोडपल्याबद्दल आता मला इतकेसे वाईट वाटत नाही. संकेतनिष्ठता झुगारून देण्याचा माझ्या मनाने जो हल्ली निश्चय केला आहे, त्याचे ते व्यक्त स्वरूप नसेल कशावरून? कोयता-हातोडा ही जर शेतकरी-कामकऱ्यांची स्फूर्तिदायक प्रतीके तर आजपर्यंत कवींनी अवास्तव स्तोम माजविलेल्या भुंग्याला झोडपणे हेही माझ्या मनातल्या काव्यकल्पनांच्या क्रांतीचे प्रतीक का होणार नाही? बाकी प्लँचेटवरून बोलता आल्यास तो दिवंगत भुंगा मला म्हणेल, 'संकेत केले आणि ते अंधपणाने पाळले कवींनी, पण मेलो मात्र मी! एकाचा खेळ होतो आणि दुसऱ्याचा जीव जातो!'

लवकरच स्मारक करण्याचे आश्वासन देऊन या भुंग्याची कशीबशी समजूत घालीन म्हणा मी!

पाहिलेत? हे असे होते! नाही नाही म्हटले तरी संकेतांचा केवढा पगडा मनुष्याच्या मनावर असतो. भुंग्याचे स्मारक करण्याचे मी कबूल केले खरे! पण कवीप्रमाणे स्मारकेही करून होत नाहीत, हे काय मला कळत नाही?

●

पाच : एक लाखाचे बक्षीस

परिचय :

हत्तीचे दाखवायचे दात आणि खायचे दात निरनिराळे असतात ना? मनुष्यालाही अशीच दोन मने असतात. जगापुढे ज्या मनाचे तो प्रदर्शन करीत असतो त्याला सर्व प्रकारच्या सभ्यतेचा, संस्कृतीचा आणि सामाजिक संकेतांचा मुलामा दिलेला असतो; पण त्याचे खरेखुरे मन निराळेच असते. आकस्मिक अशा रागालोभाच्या प्रसंगी ते उसळून वर येते आणि माणसाच्या स्वभावाचे खरेखुरे स्वरूप दृष्टीला पडते. या लघुनिबंधात असाच एक अनुभव लेखकाने चित्रित केला आहे.

मंडईतून भाजी आणणे ही सध्याच्या काळातली एक मोठी अवघड कला आहे, असे माझे पूर्ण अनुभवांती ठाम मत झाले आहे. कुशल नाटककाराला ज्याप्रमाणे गर्दीचे तंत्र अवगत असावे लागते, त्याप्रमाणे दोन पैशांचे अळू किंवा दोन आण्यांच्या भेंड्या खरेदी करणारालाही त्याचे पुरेपूर ज्ञान हल्ली संपादन करावे लागते. दररोज सकाळी या गर्दीत सापडल्यावर सामान्य मनुष्य एका घटकेत तत्त्वज्ञ होतो. संसार म्हणजे धक्के खाणे आणि धक्के देणे, हे सत्य व्यासाच्या महाभारतापासून गिबनच्या रोमच्या इतिहासापर्यंत कुठल्याही महाग्रंथात मंडईइतक्या सुटसुटीतपणाने प्रतिबिंबित झालेले नाही! परमार्थाआधी प्रपंच करा, असा उपदेश रामदासस्वामी का करतात हे कोडेसुद्धा भाजीभोवतालच्या भाऊगर्दीत आपल्या चप्पल असलेल्या पायावर दुसऱ्या मनुष्याचा बूट असलेला पाय पडतो तेव्हाच उलगडते! बायकोने भाजी आणायला पाठविलेला नवरा परस्पर संन्यास घेऊन काशीला निघून गेला अशी एखादी गोष्ट हृदयस्पर्शी कुटुंबकथा लिहिणाऱ्या कुणा लेखकाने उद्या लिहिली तर निदान मला ती खोटी वाटणार नाही!

भाजी विकत घेण्याचे हे दिव्य अलीकडे आणखी एका गोष्टीमुळे मला अग्निदिव्याहूनही भयंकर वाटू लागले आहे. मोठ्या कष्टाने आपण भाजीची पाटी गाठली तरी माळणीपाशी मोड नसल्यामुळे पुन्हा एक नवीनच पंचाईत दत्त म्हणून पुढे उभी राहते! तांब्याच्या पैशाला महाग झालेल्या मनुष्याला या जगात कोणी विचारीत नाही हा सनातन अनुभव भाजीमंडईतसुद्धा आपल्याला येतो.

ही आपत्ती टाळण्याकरिता मंडईकडे जाणाऱ्या बोळाच्या तोंडाशीच खिशातले

पाकीट काढून आत किती मोड आहे हे मी दररोज मोजून पाहतो. पिशवीतली भाजी परत करण्याचा प्रसंग येण्यापेक्षा आधीच आपल्या पाकिटाची पत अजमावून पाहिलेली बरी, असे मला वाटते.

आज सकाळी मंडईत जाताना नेहमीप्रमाणे मी पाकीट उघडून पाहिले. आत चांगली तब्बल रुपयाची मोड आहे हे पाहून अमेरिका युद्धात पडल्यानंतर इंग्लंडला जेवढा आनंद झाला नसेल, तेवढा मला झाला. मी भोवतालच्या लोकांकडे मोठ्या ऐटीने पाहू लागलो. त्यांच्यापैकी कोणाच्याही खिशात एक रुपयाची मोड असणे शक्य नाही अशी माझी खात्री होती!

कोंबड्याला आपल्या तुऱ्याचा किंवा मोराला आपल्या पिसाऱ्याचा केवढा अभिमान वाटतो! हे प्राणी जसे आपल्या सौंदर्याचे प्रदर्शन करतात, त्याप्रमाणे आपणही पाकिटातून ती रुपयाची मोड काढून सर्वांना आपले वैभव दाखवीत सुटावे, अशी विचित्र इच्छा माझ्या मनात उत्पन्न झाली. पण रोगावरले औषध जसे निसर्गाने त्याच्याजवळच निर्माण करून ठेवलेले असते, त्याप्रमाणे अहंकारावरील उताराही जगात बहुधा त्याच्या शेजारीच आढळतो. आताही तसेच झाले. चालता चालता उजव्या बाजूच्या एका दुकानदाराकडे मी सहज पाहिले. त्या दुकानापुढे एक छोटासा काळा फळा काहीतरी लिहून उभा करून ठेवला होता. आमच्या कोल्हापुरातल्या कपिलतीर्थात त्रिवेणीसंगम होत असल्यामुळे- म्हणजे सकाळी भाजीमंडई, संध्याकाळी व्याख्यानाचे व्यासपीठ व रात्री म्हशी पिळण्याची जागा असे त्याचे त्रिविध स्वरूप असल्यामुळे- कुणाच्या तरी संध्याकाळच्या व्याख्यानाची ती जाहिरात असावी अशी कल्पना माझ्या मनात येऊन गेली. मी त्या फळ्यावरील मजकूर न वाचताच पुढे जाणार होतो, पण माणसाच्या मनापेक्षा त्याचे डोळे अधिक रसिक असतात. किंचित मागे वळून त्या फळ्यावरली पहिली अक्षरे मी वाचली. ती वाचताच माझे पाऊल जागच्या जागी खिळले. त्या फळ्यावर मोठ्या अक्षरात लिहिले होते—

'एक लाखाचे बक्षीस!'

हे बक्षीस माझ्या पाकिटातल्या रुपयाच्या मोडीला हिणवीत आहे असा मला भास झाला. लगेच माझ्या मनात आले, एखाद्या कादंबरीला हे बक्षीस कोणी लावले असेल तर काय बहार होईल! एकदाच मन लावून एक सुंदर कादंबरी लिहिली की, आपली जन्माची ददात दूर होईल! लगेच मला वाटले, स्वर्गात कुबेराला असले बक्षीस ठेवण्याची लहर आली तर तोसुद्धा एक लाखाची भाषा तोंडातून काढणार नाही. मग या पृथ्वीतलावर, त्यातून हिंदुस्थानात आणि त्यातही महाराष्ट्रात-सहारात अमृत किंवा काळ्या बाजारात प्रामाणिकपणा शोधायला जाणाऱ्या शहाण्याचे सख्खे भाऊ आहोत आपण!

'एक लाखाचे बक्षीस!'

ती अक्षरे जणूकाही मला हसून बोलावीत होती. ते बक्षीस कशाकरिता आहे हे पाहण्यासाठी मी पुढे झालो. 'एक लाखाचे बक्षीस!' या अक्षरांखाली 'गोल्डन फॉन' असे शब्द होते. 'गोल्डन फॉन'चा अर्थ 'सोनेरी हरीण' असा होतो, इथपर्यंत माझ्या ज्ञानाने मला मदत केली, पण हा सोनेरी हरीण कुठे आहे? इसापनीतीत सोन्याची अंडी घालणारी एक हंसी आपण लहानपणी पाहिली होती. तिचाच हा कोणी दूरचा नातलग-बितलग आहे की काय?

सोडतीत किंवा शर्यतीत मिळणारे हे बक्षीस आहे हे एकदम माझ्या लक्षात आले. साप दिसावा तसा दचकून मी दूर झालो आणि मुकाट्याने पुढे चालू लागलो. मनुष्याने स्वत: हवे तर नाठाळ घोड्यावर बसावे, पण आपल्या नशिबाला अगदी उमद्या घोड्यावरसुद्धा कधी बसू देऊ नये, असे मला नेहमीच वाटत आले आहे. त्यामुळे त्या एक लाखाच्या बक्षिसाचा विचार सोडून देऊन मी मिरच्या-कोथिंबिरीच्या दरांची चौकशी करू लागलो.

पण माणसाचे मन किती विचित्र आहे! 'आणखी थोड्या मिरच्या घालून वाटे सारखे कर' असे म्हणून मी दोन पैशाच्या मिरच्या एकीकडे खरेदी करीत होतो, पण दुसरीकडे माझे मन म्हणत होते- हे लाख रुपयांचे बक्षीस जर आपल्याला मिळाले तर दररोज मंडईला येण्याची नि दोन-दोन पैशांच्या मिरच्या घेण्याची आपली ही दैनंदिन दगदग तरी वाचेल! आपण एकदम शंभर रुपयांच्या मिरच्या घेऊन टाकू! पण छे! लक्षाधीश माणसे काही कधी स्वत: मंडई करीत नाहीत! त्यांची भाजी त्यांच्या नोकरचाकरांनीच आणली पाहिजे. आता नोकर चांगली भाजी आणीत नाहीत अथवा पैसे खातात असे वाटले तर आपण स्वत: भाजीला यायला काही हरकत नाही, मात्र ते काही असे पायी रखडत नाही यायचे! अगदी विमानातून उतरायचे इथे!

अरेच्या! या मंडईपाशी विमान उतरविण्याची काहीच सोय नाही की! उद्या लाख रुपये मिळाल्यावर आपले या कोल्हापुरात राहून भागायचे नाही हेच खरे! मग कुठे बरे आपले बिऱ्हाड करावे? मुंबई-लंडन-न्यूयॉर्क-

मिरच्या घ्यायला पुढे सरसावलेल्या एका म्हातारेबुवांनी चांगली कोपरखळी मारली, तेव्हा कुठे माझ्या अंगात संचारलेला हा शेख महंमद अदृश्य झाला!

मात्र मंडई करून मी घरी परत यायला निघालो तेव्हा बोळातल्या डाव्या बाजूच्या त्या काळ्या फळ्याकडे माझे डोळे पुन्हा वळल्यावाचून राहिले नाहीत. ती मोठी अक्षरे मी पुन्हा अधाशेपणाने वाचली-

'एक लाखाचे बक्षीस!'

माझे मन राहून राहून त्या बक्षिसाचा विचार करू लागले. घोड्यावर पैसे लावणारे लोक गाढव असतात असे मी आजपर्यंत उघडउघड म्हणत आलो होतो, पण आता माझ्या मनात एक विचार हळूच डोकावू लागला. आपणही एकदा गमतीदाखल केवळ चूष म्हणून - या गोल्डन फॉनवर पैसे लावून पाहायला काय हरकत आहे? आपण पैसे लावले होते हे आपल्याला बक्षीस मिळाले तरच लोकांना कळण्याचा संभव! आणि मग तेच काय, आणखी शंभर गुप्त गोष्टी लोकांना कळल्या म्हणून त्याची फिकीर कोण लेकाचा करतो? या जगात श्रीमंतांना शंभर गुन्हे नेहमीच माफ असतात! केवळ तत्त्वासाठी उभ्या जन्मात सोडतीचे एक रुपयाचे तिकीटसुद्धा आपण कधी विकत घेतले नाही, पण या तत्त्वनिष्ठेचा तसे पाहिले तर आपणाला काय उपयोग झाला आहे? गतवर्षी बेळगावच्या कुठल्या तरी एका हॉटेलवाल्या आणि परवा साळगावच्या कुठल्या तरी न्हाव्याला लॉटरीत आठ-आठ हजारांची बक्षिसे आली. त्या न्हाव्यापेक्षा काय आपण अधिक कमनशिबाचे असू? चित्रपटांतल्या नटांनी-विशेषत: नटींनी- सोडती किंवा शर्यती यांचा आश्रय करू नये असे म्हणणे एक वेळ बरोबर होईल. कारण त्यांचे भाग्य त्यांच्या सुंदर चेहऱ्यावरच लिहिलेले असते आणि घोड्याइतकी मालक म्हणून घेणारी माणसे फसवी नसतात हा अनुभवही त्यांना अहोरात्र येत असतो! पण ही हातांच्या बोटांवर मोजता येण्याजोगी भाग्यवान माणसे सोडून दिली तर माझ्यासारखे जे असंख्य दरिद्री जीव या जगात आहेत, त्यांना लॉटरीचा किंवा शर्यतीचा आश्रय करण्याची इच्छा एखादे वेळी झाली तर त्यात नवल ते कसले? फार झाले तर आपण पैसे लावल्याची गोष्ट अगदी गुप्त ठेवू. ज्या जगात प्रेमसुद्धा चोरून करावे लागते आणि राष्ट्राची भवितव्ये ठरविणारे तह अगदी अंधारात होतात, तिथे सामान्य मनुष्याने अष्टौप्रहर सत्याचे स्तोम माजविण्यात काय अर्थ आहे?

उद्या भाजीला जाताना 'गोल्डन फॉन'वर पाच रुपये लावून आपल्या नशिबाची परीक्षा पाहायचे मी ठरविले तेव्हा कुठे माझे मन स्वस्थ झाले, पण हा स्वस्थपणा काही फार वेळ टिकला नाही. दुपारी जेवून मी वामकुक्षीकरिता आडवा झालो. माझा डोळा लागतो न लागतो तोच मला एक स्वप्न पडले. त्या स्वप्नात वर्तमानपत्रे विकणारी पोरे मोठमोठ्याने माझे नाव घेऊन ओरडत होती- 'एक लाखाचं बक्षीस', 'एक लाखाचं बक्षीस!' त्या आरडाओरड्याने दचकून मी जागा झालो. आपल्याला लाख रुपये मिळायला अजून अवकाश आहे हे कळत असूनही या रकमेचा विनियोग कसा करायचा याचा मी बारकाईने विचार करू लागलो.

गावाहून आलेल्या वडिलांनी खाऊचा पुडा सोडताच, घरातील चिल्लीपिल्ली

जशी त्यांच्याभोवती ‘मला, मला’ म्हणत गोळा होतात त्याप्रमाणे माझ्या सर्व अतृप्त इच्छा आणि वासना त्या लाख रुपयांभोवती बेछूटपणाने नाचू लागल्या. नाही म्हटले तरी गेली तीस वर्षे, अगदी कॉलेजात गेल्यापासून- ब्लेझरचा एक सुरेख कोट शिवायचे माझ्या मनात आहे. कॉलेजात असताना खानावळवाल्याची बिले चुकती करण्यापेक्षा त्याचे तोंड कसे चुकवावे या विवंचनेतच माझे दिवस गेल्यामुळे त्या वेळी इतरांचे ब्लेझर कोट पाहून ‘कालोह्ययं निरवधिर्विपुला च पृथ्वी’ हा भवभूतीचा चरण गुणगुणण्यापलीकडे मला दुसरे काही करता आले नाही. पुढे शिरोड्याला शिक्षक झाल्यावर साधा कोट शिवायचीच मला मारामार पडू लागली. अर्थात माझ्या मनोराज्यातल्या ब्लेझर कोटाला 'They also serve who only stand and wait' या मिल्टनच्या उक्तीचा आश्रय करणे प्राप्तच होते! मी चित्रपटकथा लिहू लागल्यापासून त्या कोटाने आपले घोडे विशेष जोराने दामटायला सुरुवात केली. पण कुठल्याही कंपनीच्या नव्या चित्राच्या कपड्यांतून परस्पर ब्लेझरचा कोट काढणे हे कथालेखकापेक्षा व्यवस्थापकालाच शक्य असल्यामुळे माझी ही हौस गेल्या आठ वर्षांत तशीच राहून गेली. आता मात्र मी मनात पक्के ठरवून टाकले- हे लाख रुपये मिळताच ब्लेझरचे तीनचार निरनिराळ्या रंगांचे झकास कोट शिवून टाकायचे. माझे मलाच हसू आले. अवघे तीन-चार? छे! भिक्षुकाला मोठे दानसुद्धा मागता येत नाही हेच खरे. आपण एकदम सात ब्लेझरचे कोट शिवायचे! सात रंगांचे सात कोट! आठवड्यातील एकेक दिवसाला एकेक कोट! प्रत्येक दिवसाला निराळा रंग!

या लाख रुपयांतून आणखी काय काय बरे करायचे? बस्स! ठरले! यापुढे पहिल्या वर्गाच्या डब्यातून प्रवास करायचा! वाल्मीकीच्या आश्रमातील ऋषिकुमारांना ज्याला घोडा म्हणतात तो प्राणी कसा असतो हे जसे ठाऊक नव्हते, त्याप्रमाणे मलाही आतापर्यंत पहिल्या वर्गाच्या डब्याच्या अंतरंगाची मुळीच कल्पना आलेली नाही. खाड खाड बूट वाजवीत किंवा आपला नटवा पोशाख सावरीत निर्बुद्ध चेहऱ्याचे पुरुष आणि स्त्रिया पहिल्या वर्गाच्या डब्यात प्रवेश करताना पाहिल्या की, क्षणभर का होईना, मला त्यांच्या भाग्याचा हेवा वाटतो! मी स्वत:शी म्हणालो, ‘आता हे असमाधान मनात राहू द्यायचे आपल्याला काय कारण आहे? आपण पहिल्या वर्गाने कितीही प्रवास केला तरी हे लाख रुपये लवकर थोडेच खलास होणार आहेत!’

मी मनात म्हणू लागलो, ‘आता प्रवास करायचा तो काही मुंबई ते कोल्हापूर आणि कोल्हापूर ते शिरोडे असा लुटुपुटीचा नाही! लहानपणी आपल्या मालकीच्या नसलेल्या मासिकांतून मोठमोठ्या प्रेक्षणीय स्थळांची चित्रे आपण कापून ठेवली होती! तो चोरीचा चित्रसंग्रह सध्या आपल्यापाशी नसला तरी केवळ स्मरणशक्तीच्या बळावर आपल्याला काय काय पाहावयाचे आहे ते एका घटकेत निश्चित करता येईल.

त्या वेळी कृष्णेत डुंबताना एक कल्पना नेहमी माझ्या मनात येई. आपण असेच पोहत पोहत खाली गेलो तर मच्छलीपट्टणपर्यंत जाऊ. तिथे कृष्णामाई समुद्राला मिळते. ते संगमाचे दृश्य किती मनोहर दिसत असेल! आता हा संगम पहिल्यांदा पाहायचा!

तो पाहून झाला की, मग मदुरेचे देवालय! लपंडाव खेळायला हे फार चांगलं देऊळ आहे असे त्याच्या चित्रावरून मला लहानपणी वाटे. ते खरे आहे का खोटे आहे हे आता अनुभवान्ती कळेलच. ते देवालय पाहून झाल्यावर मग गिरसप्पाच्या धबधब्याकडे जायचे! इंग्रजी शाळेत आपण पहिल्यांदा त्याचे चित्र पाहिले तेव्हा रविवर्म्याचे गंगावतरणाचे चित्र एकदम आपल्या डोळ्यांपुढे उभे राहिले होते. शंकराच्या विशाल आणि कृष्ण जटाभाराप्रमाणे दिसणारा तो डोंगर, त्या जटाभारातून चमकत चमकत बाहेर पडणाऱ्या गंगातरंगाप्रमाणे या डोंगरावरून खाली उड्या घेणारे शरावतीचे रूपेरी प्रवाह- हे भव्य सौंदर्य डोळे भरून पाहायची आपली इच्छा आता लवकरच सफल होणार म्हणून माझे मन कसे उल्हसित होऊन गेले!

या उल्हासाच्या भरात मी स्वत:शीच म्हणालो- 'आम्ही हिंदी लोक अजून कूपमंडूक आहोत यात शंका नाही. चांगले एक लाख रुपये उद्या आपल्या खिशात येऊन पडणार आणि आपण मारे प्रवासाचे बेत करतोय ते सारे मदुरेचे आणि गिरसप्पाचे! ते काही नाही! हे लाख रुपये हातात पडले की, पहिल्यांदा परदेशाच्या प्रवासाची तयारी करायची!

मेरी कॉरेलीच्या थेल्मा कादंबरीत नार्वेसारख्या उत्तर ध्रुवाकडच्या देशातल्या मध्यरात्रीच्या सूर्योदयाचे किती अद्भुतरम्य वर्णन आपण दोन तपांपूर्वी वाचले होते. तो सूर्योदय आता आपण डोळ्यांनी पाहू शकू! पनामा कालवा तयार होऊन अटलांटिक व पॅसिफिक या दोन महासागरांची पहिली भेट झाल्याची हकिकत आपण तीस वर्षांपूर्वी वर्तमानपत्रात वाचली होती. आता आपल्याला या महासागरांच्या मीलनाचे भव्य दृश्य डोळ्यांनी पाहता येईल. इजिप्तमधील पिरॅमिड, महाकवीला शोभेल असाच मृत्यू शेलेला यावा म्हणून समुद्राने अचानक वादळ उत्पन्न करून ज्या ठिकाणी त्याला आपल्या अनंत मंदिरात नेले ती जागा, शेक्सपिअरची जपून ठेवलेली खुर्ची, मॅझिनीची समाधी, काचेच्या पेटीतील लेनिनच्या मृण्मय मूर्तीचे दर्शन- छे! पृथ्वी पर्यटनाला निघायच्या आधीच आपण साऱ्या प्रेक्षणीय गोष्टींची यादी करायला हवी! नाहीतर गडबडीत कितीतरी गोष्टी पाहावयाच्या राहून जातील नि हिंदुस्थानात परत आल्यावर आपण हे पाहिले नाही नि आपण ते पाहिले नाही म्हणून मनाला जन्मभर चुटपुट मात्र लागेल!

हा प्रवास संपला की, एक सुंदर लायब्ररी करायच्या नादाला आपण लागणार! हवी ती पुस्तके वेळेवर न मिळाल्यामुळे सध्या आपली किती कुचंबणा होते!

२६ । हिरवळ

कित्येक श्रीमंतांचे ग्रंथसंग्रह फार छान असतात, पण त्यांच्या मालकांची ग्रंथाविषयीची कल्पना तुमच्याआमच्यापेक्षा फार निराळी असते. पुस्तके ही वाचण्यासाठी नसून वैभवाच्या प्रदर्शनासाठी असतात, अशा समजुतीनेच हे लोक वागतात. ज्याचे नखसुद्धा लोकांच्या दृष्टीला कधी पडायचे नाही, अशा हजारो सुंदर स्त्रिया जनानखान्यात बाळगणाऱ्या एखाद्या म्हाताऱ्या सुलतानाचे हे पट्टशिष्य! जाऊ दे, लाख रुपये मिळाल्यावर आपली लायब्ररी पाहायला बोलावून त्यांच्या डोळ्यांत चांगले अंजन घालू आपण!

पृथ्वीपर्यटन; उत्तम ग्रंथसंग्रह, जिथून समुद्र अष्टौप्रहर दिसू शकेल असा शिरोड्याजवळच्या टेकडीवर बांधायचा टुमदार बंगला- एक-दोन कितीतरी अतृप्त इच्छा भराभर माझ्या डोळ्यांपुढे साकार होऊ लागल्या.

लगेच मला वाटले- स्वप्नातील श्रीमंतीसुद्धा मनुष्याला अधिक आत्मनिष्ठ करते यात शंका नाही. आतापर्यंत आपण आपल्या स्वतःच्या सुखाचा विचार करीत होतो. आपल्या जोडीने ज्यांनी अनेक उन्हाळे-पावसाळे पाहिले, संसाराच्या प्रवासात पायांना चटके बसत असूनही ज्यांनी हसत, जणूकाही आपण फुलांच्या पायघड्यांवरून चालत आहो असे आपल्याला भासविले; त्या आपल्या कुटुंबातील माणसांच्या अतृप्त इच्छा आपल्या इच्छांइतक्याच महत्त्वाच्या नाहीत काय? आपल्या हातून एकदा काशीयात्रा घडावी असे आपल्या बहिणीच्या मनात कधीच आले नसेल? बरोबरीच्या बायकांची हिऱ्याची कुडी पाहून तसली कुडी आपल्याही कानात असावीत अशी इच्छा आपल्या पत्नीला कधीच झाली नसेल का? मला त्रास होऊ नये म्हणून या दोघींनी या आपापल्या इच्छा माझ्यापाशी कधीही बोलून दाखविल्या नसतील! पण-

रात्री जेवण झाल्यावर एकीकडे पेंगळत आणि दुसरीकडे खेळत मुले माझ्याभोवती किलबिल करू लागली, तेव्हा त्यांच्याही इच्छा विचारून घेऊन आपल्याला मिळणाऱ्या एक लाखाची व्यवस्था पुरी करून टाकावी असे माझ्या मनात आले. मी चारी मुलांना प्रश्न केला, ''आपणाला आता एक लाख रुपये मिळणार आहेत. त्या रुपयांतून तुम्हाला काय काय हवं ते-''

मला वाक्य पुरे करू देण्याची सवडसुद्धा न देता अवी ओरडला, ''मला लाख रुपयांचं आइस्क्रीम हवं!''

एक लाखाचं आइस्क्रीम! मी थंडच झालो! एखाद्या महासागरात हिमालय घालूनच हे आइस्क्रीम तयार करायची व्यवस्था करावी लागेल असे मला वाटले.

मी मंदाकडे पाहिले. ती गंभीरपणे उद्गारली, ''मी गुलाबाची फुलं घेईन एक लाख रुपयांची!'' घरात एका दिवसापुरते का होईना, काश्मीर निर्माण करण्याचा तिचा बेत दिसला!

''तू काय करणार?'' मी लताला विचारले, ''मी बाहुल्या घेणार!'' तिने आपल्या स्वप्नाळू डोळ्यांनी माझ्याकडे पाहत उत्तर दिले.

एक लाख रुपयांच्या बाहुल्या! घराचे दुकान बनवायचा कल्पलताबाईचा हा विचार ऐकून मला हसूच कोसळले.

इतक्यात सुलभा माझ्या गळ्याला मिठी मारून म्हणाली, "मी शांगू भाऊ?"

एक लाख रुपयांची जिला कल्पनासुद्धा करता येणार नाही ती ही साडेतीन वर्षांची पोरटी बहुधा लाख रुपयांच्या पेढ्यांची मागणी करणार असे मला वाटले. मी लक्ष देऊन ती काय म्हणते ते ऐकू लागलो. ती हळूच म्हणाली, "आपण भाकली घेऊ या!"

"भाकरी?"

"हं? नि ती रोज पंढलीनाथाला घालू या!"

पंढरीनाथ! मी घड्याळाकडे पाहिले. साडेनऊ व्हायला आले होते. नेहमीप्रमाणे रस्त्यावरून करुण आक्रोश ऐकू येऊ लागला- 'पंढरीनाथा इट्टला मायबापा, कुणीतरी या गलीमदी अर्ध्याकोर भाकरीची दया कराऽऽऽ'

सुलभा माझ्या मांडीवरून उठून आत जाऊन पंढरीनाथाला घालण्याकरिता आईकडे भाकरी मागू लागली.

क्षणार्धात एक चतकोर घेऊन ती धावत बाहेर आली. अंधारातच ती जिना उतरू लागली. पायरी-बियरी चुकून ती जिन्यावरून पडेल म्हणून मी तिच्या पाठीमागून गेलो.

सुलभाने गडबडीने दार उघडले आणि 'पंढलीनाथा' म्हणून हाक मारली.

नऊ-दहा वर्षांचे एक पोर पुढे आले. गच्चीतल्या दिव्याचा प्रकाश आता त्याच्यावर पूर्णपणे पडला होता. त्याच्या अंगावरल्या त्या मळकट चिंध्या- त्या चिंध्यांतून दिसणाऱ्या त्याच्या बरगड्या, त्याचे ते भकास डोळे, त्याच्या हातातल्या रुंद तोंडाच्या मडक्यात गोळा झालेले ते उष्टे अन्न-

मी शरमेने मान खाली घातली. माझ्या अविनाशाएवढ्याच असलेल्या या मुलाला चार उष्ट्या घासांकरिता अपरात्री अंधारात कंठशोष करीत फिरावे लागत असताना, याच्यासारखी एक लाखच काय, दहा लाख मुले माझ्या देशात या क्षणी केविलवाण्या तोंडाने पोटाची खळगी भरण्याकरिता भीक मागत असताना जुगार खेळून केवळ चैनीकरता एक लाख रुपये मिळविण्याची कल्पना माझ्या मनाला शिवावी याची लाज वाटली मला!

त्या क्षणी फाउस्ट नाटकाची मला तीव्रतेने आठवण झाली. शरीरसुखाकरिता आपला आत्मा सैतानाला विकणारा महापंडित गटेने त्यात चित्रित केला आहे. मला वाटले-विसावे शतक हे यंत्रयुग नाही; ते आत्मे विकत घेणाऱ्या सैतानाचे युग आहे. ज्यांच्यापायी मनुष्य आपली माणुसकी विसरतो, अशा मोहांनी भरलेले युग आहे हे. या युगात सैतान विनाकष्ट मिळणाऱ्या पैशाच्या रूपाने अवतार घेतो.

कष्टावाचून विलास उपभोगायला सवकलेला प्रत्येक मनुष्य आपण हजारो माणसांना जनावराप्रमाणे आयुष्य कंठायला भाग पाडीत आहोत, ही जाणीव या सैतानाच्या उन्मादक सहवासात विसरून जातो. एक लाख रुपयांत काय काय करायचे यासंबंधीचे माझे सारे संकल्प- अवीचे आइस्क्रीम, मंदाची फुले नि लताच्या बाहुल्या यांच्यात आणि माझ्यात अतृप्त इच्छांत असे काय मोठे अंतर आहे?

अगदी निढळाच्या घामात जरी आपल्याला एक लाख रुपये उद्या मिळाले तरी पंढरीनाथासारखी मुले समाजात असेपर्यंत त्या पैशांचा उपभोग घेण्याचा आपल्याला अधिकार नाही.

दार लावून सुलभा वर येऊ लागली. तिच्याकडे पाहता पाहता लहान मुलेच मोठ्या माणसांना मार्गदर्शक होतात (The child is the father of man) ही वर्डस्वर्थची आजपर्यंत निव्वळ काव्यमय वाटणारी उक्ती अत्यंत वास्तव आहे अशी माझी खात्री झाली. इंद्रधनुष्याच्या दर्शनाचा आनंद अतिशय लहान मूलच जसा उत्कटतेने घेऊ शकते, त्याप्रमाणे आपण सारे भाऊ भाऊ आहोत या मानवधर्माच्या मूलभूत भावनेचाही आविष्कार त्याच्या हृदयात लीलेने होतो.

वर येताच सुलभाने मला विचारले, ''भाऊ, एक लाखाची भाकली देनाल ना मला?''

मी म्हणालो, ''ते लाख रुपये माझ्यापाशी नाहीत! तुझ्यापाशी आहेत!''

ती आश्चर्याने माझ्याकडे पाहू लागली.

मी तिला जवळ ओढून तिच्या गालाचा गोडगोड पापा घेत म्हणालो, ''हे माझं एक लाखाचं बक्षीस।''

एक लाखाचे बक्षीस । २९

सहा : गप्पा

परिचय :

साध्या विषयातला उपेक्षित आनंद किंवा मोठा आशय शोधून काढणे हे कवीप्रमाणे लघु-निबंधलेखकाचेही कार्य असते. गप्पा हा असाच एक विषय आहे. आळशी माणसाचे वेळ घालविण्याचे एक साधन यापलीकडे गप्पांची समाजात कुणालाच किंमत वाटत नाही. उपदेशपर ग्रंथातून तर गप्पा मारण्याच्या प्रवृत्तीचा निषेधच आढळतो. पण सर्वांना क्षुद्र आणि निरर्थक वाटणाऱ्या या विषयात जीवनातले रसाळ काव्य वास करू शकते हे या लघुनिबंधात कसे दिग्दर्शित करण्यात आले आहे ते पाहा.

प्रेम, काव्य आणि मनुष्य यांची सर्वांना पटणारी व्याख्या करणे कठीण आहे यात शंका नाही. वानरांचा वंशज तो मनुष्य असे डार्विन म्हणतो, तर मनुष्य हा कळप करून राहणारा प्राणी आहे असे ॲरिस्टॉटल सांगतो. संततिनियमनाचा पुरस्कार करणारे एक गृहस्थ ॲरिस्टॉटलच्या या व्याख्येचा रोख वाढत्या लोकसंख्येवर आहे असे म्हणतात, पण स्टोव्ह शब्द विस्तव शब्दापासून झाल्याची खात्री देणारे व्युत्पत्तिशास्त्रज्ञ त्याचा रोख क्लबांवर आहे असे ठासून सांगतील. इसापच्या प्रकाशित गोष्टीत मनुष्य कुणाला म्हणावे याविषयी एखादी गोष्ट नाही हे खरे! परंतु ग्रीसमधील संशोधक कधीकाळी जागे झाले तर त्याच्या आणखी कितीतरी गोष्टी प्रकाशात येतील. त्यापैकी एखादीत सिंहाच्या अध्यक्षतेखाली भरलेल्या सभेत कोल्ह्याने, 'आमच्या निम्मे पाय असणारा प्राणी म्हणजे मनुष्य' असे वाक्य टाळ्यांच्या गजरात उच्चारलेले आढळेल! पुन:पुन्हा आरशात पाहतो तो मनुष्य, पोशाखाच्या एकदशांशापेक्षा ज्याची किंमत जास्त असत नाही तो मनुष्य, जो स्वत:ला शहाणा व इतरांना मूर्ख समजतो तो मनुष्य, ज्याला आरामखुर्चीवर पडून उन्हाळ्यात कोल्ड्रिंक व हिवाळ्यात चहा प्यावासा वाटतो तो मनुष्य, इत्यादी मनुष्याच्या व्याख्याही थोड्याफार खऱ्या असण्याचा संभव आहे; पण या सर्वांची राणी व्हायला कुणी पात्र असेल तर ती हीच व्याख्या- 'जो गप्पा मारतो तो मनुष्य!'

माझीच गोष्ट घ्या की! ऐन जेवायच्या वेळी कुणीतरी मनुष्याने माझ्याकडे यावे व अन्न थंड आणि राणीसाहेब गरम व्हाव्यात असे अनेकदा आमच्या घरी घडते! त्या मनुष्याचे काम एका मिनिटात होण्यासारखे नसते असेही नाही. एवढी मोठी रामायण-

महाभारतासारखी महाकाव्ये! पण तीसुद्धा एका श्लोकात हातपाय पोटाशी घेऊन बसली आहेतच की नाही? मग य:कश्चित मनुष्याच्या सामान्य कामाची कथा काय! पण गप्पांची मोहिनीच अशी विलक्षण आहे की, त्यांच्या नादात घटका पळासारखी भासते. वीस वर्षांच्या झोपेतून जागा झालेल्या रिप व्हॅन विंकलला काय वाटले असेल त्याची कल्पना गप्पा संपल्यावर घड्याळाकडे पाहिले म्हणजे बरोबर येते. हल्लीच्या नाटकातील संभाषणे पाठ केलेली असतात म्हणून प्रवेश आणि अंक झटपट संपतात! पण विष्णुदास भाव्यांच्या काळी पात्रे स्वयंस्फूर्तीने बोलत असत, तेव्हा कुठलाही प्रवेश तब्बल तीन तासांचा होणे काही फारसे कठीण जात नसेल असा माझा तर्क आहे.

गप्पा मारणे हे अगदी 'गोहत्या, ब्रह्महत्या' इत्यादिकांच्या तोडीचे पाप आहे असे कित्येकांच्या उद्‌गारांवरून दिसते. त्यांच्यापैकी एखाद्या गणितज्ञापाशी प्रत्येक मनुष्याने दररोज एक तास गप्पागोष्टीत घालविला तर एकंदर देशाचा किती वेळ व स्वराज्याचा केवढा अपूर्णांक फुकट जातो याचा आकडाही कदाचित तयार असायचा! 'गप्पांचे व्यसन फार वाईट! दारूप्रमाणेच आणखी एक, आणखी एक, असे म्हणत गप्पांच्या पायी आयुष्याचा नाश होतो' असेही कित्येकांचे उद्‌गार मी ऐकिले आहेत! काळाच्या कोठवळ्यांचे हे पोटदुखणे धन्वंतरीलासुद्धा बरे करता यायचे नाही, पण या उदास उपदेशकांचा राग येत नाही मला! द्राक्षे आंबट म्हणणाऱ्या कोल्ह्यावर इसापनीती वाचणारे मूलसुद्धा रागावत नाही. पाण्यात पोहणारा लवकर बाहेर का येत नाही हे काठावरच्या मनुष्याला कसे कळावे? वद्य अष्टमीचा चंद्रोदय पाहण्याकरिता जागत बसणारी माणसे आंधळ्याच्या दृष्टीने वेडी नाहीत का? सारे जग ही ईश्वराची एक भलीमोठी गिरणी असून, आपण माणसे म्हणजे तिच्यातील मजूर आहोत असे मानणारांना गप्पांची गोडी कधीच कळायची नाही! त्यांच्या जिभेची चवच संसारतापाने गेलेली असते.

गप्पांविरुद्ध लोकांचा मोठा आक्षेप म्हटला म्हणजे, त्या वायफळ असतात हा होय! त्यांच्यात जाणारा सारा वेळ अगदी फुकट-निष्फळ! प्रत्येक गोष्टीकडे व्यापारी दृष्टीने पाहणारे हे लोक मनामध्ये देवालाही शिव्या दिल्याशिवाय राहणार नाहीत. ते म्हणत असतील, 'हजारो तऱ्हेची सुरंगी व सुगंधी फुले निर्माण करून देवाने काय मिळविले? सुवास काय- क्षणात येतो आणि जातो! त्यापेक्षा हे सामर्थ्य करवंदे, जांभळे, किंबहुना भोकरे निर्माण करण्यात त्यानं खर्च करणे योग्य झाले नसते का?' कोट्यवधी चांदण्या उत्पन्न करण्यापेक्षा रात्री उगवणारा एखादा सौम्य सूर्य निर्माण करण्याची कल्पना परमेश्वराला कशी सुचली नाही याचेही त्यांना आश्चर्य वाटत असेल. महाबळेश्वर आणि आंबोली इथे तीन-तीनशे इंच पाऊस पाडणारा परमेश्वर खूप दूर स्वर्गात राहतो म्हणून बरे! नाहीतर या हिशेबी विरोधकांनी असल्या भयंकर उधळपट्टीबद्दल त्याची चांगली हजेरी घेतली असती.

आयुष्य ही जमाखर्चाची चोपडी असून, 'श्रीशिल्लक पेस्तर रोज करणे' निघाली की, ते सफळ झाले असे वाटतच नाही मला! आपले जीवित हे मेघदूतासारखे कल्पनेच्या हिंदोळ्यावर बसून झोके घेणारे काव्य नव्हे हे मी कबूल करतो. व्याकरणाचे नियम शिकविणाऱ्या भट्टीकाव्यासारखे आहे ते! पण भट्टीकाव्यात धातूच्या चित्रविचित्र रूपांबरोबर थोड्याफार सुंदर कल्पना आहेतच की नाहीत? आयुष्याच्या भट्टीकाव्यातील अत्यंत सरस कल्पनातच मी गप्पांची गणना करतो.

गप्पांचे शत्रू म्हणतील, 'नुसती वकिली नको ही तुमची! साक्षीदार आणा की तुमच्या बाजूनं!' त्यांच्या समाधानाकरिता मी एकच साक्ष देतो. ती एकवचनी प्रभू रामचंद्राची आहे. तेव्हा तिच्या खरेपणाबद्दल शंका बाळगण्याचे कारण नाही. खरेखुरे बोलायचे तर केव्हातरी एखाददुसरे हरीण मारण्याखेरीज वनवासात उभ्या दिवसात काय काम होते रामाला? पण सारा दिवस सीतेशी मनमुराद बोलूनही त्याचे समाधान होत नसे. उत्तररामचरितातील त्याच्याच तोंडचा पुरावा पाहा की! 'अविदित गतयामा रात्रिरेव व्यरंसीत्.' रात्र संपली, पण गप्पागोष्टी काही संपल्या नाहीत- असे का व्हावे? सीतामाई आदल्या दिवशी संध्याकाळी माहेराहून परत आल्या होत्या म्हणावे तर तसेही काही नाही! वर्षानुवर्षे नवरा-बायको चोवीस तास एके ठिकाणी राहत होती. जागरण बाधले तर अरण्यात औषधालासुद्धा वैद्य मिळण्यासारखा नव्हता. पण हे ठाऊक असूनही हे जोडपे बोलण्याच्या ब्रह्मानंदात रात्रीचा दिवस करीत होतेच की नाही?

बरे, असे बोलायला विषय तरी काय होते त्यांच्यापाशी? त्या वेळी छापखाने नसल्यामुळे अश्लील वाङ्‌मयाचा प्रश्नच उत्पन्न झाला नव्हता. स्वत: रामचंद्रच मनुष्यकोटीत असल्यामुळे देवतांच्या पवित्र विडंबनाचा घनघोर देखावा तरी कसा दिसणार? सासू, जावा वगैरेंविषयी सीतेची बहुधा गाऱ्हाणी नसावीत! पण थोडी असलीच तरी ती वनवासाच्या पहिल्या दिवसांतच निकाली निघाली असतील. गोदावरीच्या तीरावरील सीता-रामचंद्राची ती रात्र अगदी पहिली नव्हती की, पुन:पुन्हा तेच तेच लाडके बोल बोलण्यात सारी रात्र संपली असे म्हणावे! मग त्या रात्रीच्या राम-सीतांच्या गप्पांचा विषय तरी काय होता?

पण असा प्रश्न करणेच चुकीचे नाही का? गप्पा हे रसाळ काव्य आहे! तांदूळ निवडून भात शिजविणाऱ्या गृहिणीप्रमाणे विषय निवडून हा कवी कधी काव्यरचना करीत असतो? आकाशात सूर्य प्रकाशतो, चंद्रिकाही विहार करते; पण नुसत्या चंद्रसूर्यांनी आकाशाची शोभा अपुरीच राहिली असती! त्यात विलसणाऱ्या अनंत तारका पृथ्वीला प्रकाश देत नाहीत हे खरे, पण आपल्या इवल्याशा डोळ्यांच्या जादूने मोहिनीमंत्र घालून त्या तिला मुग्ध करीत नाहीत का? गप्पांना मी मानवी मनाच्या आकाशात लुकलुकणाऱ्या चांदण्या म्हणतो त्याचे कारण हेच आहे.

सहारात जशी हिरवळ, तशा रूक्ष आयुष्यक्रमात गप्पा! गिऱ्हाइकाची वाट

पाहत आपापल्या टांग्यात बसलेले टांगेवाले असोत अगर आगगाडीतून प्रवास करणारे उतारू असोत, इस्पितळातील रोगी असोत, नाहीतर रणांगणावरील शिपाई असोत, गप्पांशिवाय त्यांचे चालायचे नाही कधी! निर्जन बेटात राहणाऱ्या रॉबिन्सन क्रूसोने रानटी फ्रायडेला वाचवून त्याला आपली भाषा शिकविली याचे कारण काही निव्वळ भूतदया नव्हे! आपल्याशी गप्पा मारायला क्रूसोला दुसरे मनुष्य हवे होते ना? एकमेकांना शत्रू लेखून द्वंद्व खेळू इच्छिणाऱ्या दोन माणसांना द्वंद्वाची परवानगी देण्याआधी एखाद्या निर्जन बेटात एक-दोन आठवडे ठेवावे. तिथून परत येताना ते एकमेकांच्या गळ्यात गळा घालून आले नाहीत असे घडायचेच नाही मुळी!

गप्पा मारण्याची इच्छा ही मनुष्याची अगदी नैसर्गिक भूक आहे. माझा तर दिवसाकाठी इतका वेळ गप्पात जातो की, तेवढा काळ मी काव्यदेवतेच्या उपासनेत घालविला असता तर ज्ञानकोशाला लाजविणारा काव्यसंग्रह मी खास निर्माण केला असता! आजपर्यंत गप्पात गेलेला वेळ मी गाणे शिकण्यात घालविला असता तर आम्हाला अकारण छळणाऱ्या शेजाऱ्यांना वेळीअवेळी त्रास देण्याचे रामबाण साधन माझ्या हातात आले असते हेही काही खोटे नाही. गप्पातून जरी काही निष्पन्न होत नसले तरी तेवढा वेळ किती आनंदात जातो! अभ्यासात काय, फलप्राप्तीचे तेल नाही, आनंदाचे तूपही नाही!

संदेश मागण्याकरिता तरुण लोकांनी माझ्याभोवती भाऊगर्दी करावी इतका बडा मी कधीकाळी होईन की नाही याची मला शंकाच आहे, पण योगायोगाने मला मोठेपण आले तर मी प्रत्येकाला एकच संदेश देईन- 'दररोज तासभर तरी गप्पा मारीत जा.' गप्पा मारणे म्हणजे मनाने सुंदर मोकळ्या हवेत फिरणे! हवा खाऊन काही कुणाचे पोट भरत नाही, पण किती हुशारी येते मोकळ्या हवेत फिरल्यामुळे! गप्पांनीही तसेच वाटते! अर्थात दूषित हवेत फिरणे जसे धोक्याचे, त्याप्रमाणे बातात रूपांतर होणाऱ्या गप्पा मारणे वाईट हे ओघाने आलेच!

●

सात : अश्रू

परिचय :

अश्रूविषयी अनेक एकांगी समजुती आपल्या समाजात प्रचलित आहेत. रडणे बायकांना शोभते, अश्रू हा स्त्रीच्या डोळ्यांचा अलंकार आहे, अशा अर्थाची वाक्येही आपल्या कानावर वारंवार पडतात. जीवनाकडे उथळपणाने पाहणारांना अश्रू ही एक विकृती वाटणे स्वाभाविक आहे. 'मनुष्य हा हसणारा प्राणी आहे' या शास्त्रवचनाचा आधार देऊन, हास्ययुक्त आनंद हा मानवी जीवनाचा आत्मा आहे असेही हे पंडित प्रतिपादन करतात. पण थोडा विचार केला तर मनुष्याची माणुसकी हसण्यात नसून रडण्यात आहे असे आढळून येईल. हास्य हे त्याच्या वैयक्तिक सुखाचे प्रतीक होऊ शकेल, पण अश्रू हे त्याच्या विकसित मनाचे प्रतिबिंब आहे. अश्रू वैयक्तिक असू शकतात हे खरे, पण ते सहज सामाजिक होऊ शकतात. हास्याचे तसे नाही.

''चित्रपट फार चांगला आहे. पण-''

मनुष्य हा स्वभावत: कवी नसून टीकाकार आहे, या वाक्याची आठवण होऊन मी स्वत:शीच हसलो. एखादी गोष्ट कितीही आवडली तरी तिच्यात काहीना काही दोष दाखविल्याखेरीज माणसाला चैन पडत नाही जणूकाही! नाहीतर चित्रपट फारच चांगला आहे, एवढेच बोलून माझा मित्र गप्प बसला नसता का?

मी काहीच बोलत नाही असे पाहून तो म्हणाला,

''या चित्रपटातले दोन-तीन सीन कापायला हवे होते!''

सदरहू चित्रपटात प्रेमाची रंगपंचमी भडक रंगांनी साजरी केली असावी असा संशय येऊन मी विचारले, ''अश्लीलबिश्लील काही?''

'छे रे! कृष्णराव मराठेसुद्धा तक्रार करणार नाहीत इतका सोवळा चित्रपट आहे हा! पण-''

सामान्य मनुष्याचा 'पण' शब्द जुन्या काळच्या स्वयंवरातल्या 'पण' इतकाच त्रासदायक असतो, या उक्तीचा अनुभव प्रत्येकाला दररोज पंचवीस वेळा तरी येतोच. त्या अनुभवाची आजची माझी सव्वीसावी वेळ असल्यामुळे मी उतावळेपणाने म्हटले, ''कुठली दृश्यं कापायला हवीत ते सांग ना!''

''हा चित्रपट पाहताना दोन-तीन ठिकाणी अगदी रडायला येतं बघ. अरे, मी एवढा पुरुषासारखा पुरुष, पण माझ्या डोळ्यांतसुद्धा अश्रू उभे राहिले, मग

बायकांची गोष्ट तर विचारूच नकोस! त्यांच्याजवळ हातरुमालाऐवजी टॉवेल असते तर तेसुद्धा ओलेचिंब झाले असते! लोक पैसे देऊन चित्रपट पाहायला येतात ते काय रडण्याकरिता?''

या मित्राशी वाद घालण्यात काहीच अर्थ नव्हता. स्वत:च्या मताला जळूप्रमाणे चिकटून राहायची त्याच्या स्वभावाची खोड मला पुरी ठाऊक होती, म्हणून मी त्याला म्हटले, ''मग हा चित्रपट पाहायलाच हवा मला!''

त्याने उत्तरादाखल नुसती मान उडविली. 'तू रडवा आहेस, तेव्हा तुला असले रडके चित्रपटच आवडायचे!' एवढा अर्थ त्याच्या मानेच्या त्या लहानशा झटक्यात भरला होता!

माझ्या या मित्राप्रमाणेच, अश्रूविषयी बहुतेकांचे प्रतिकूल मत असते असा माझा अनुभव आहे. या लोकांना अश्रूची बाँबगोळ्यांहूनही अधिक भीती वाटते! करुणरसाने भरलेली एखादी कादंबरी वाचायची म्हटले की, त्यांच्या कपाळाला आठ्या पडल्याच म्हणून समजावे. आयुष्य हे गीत आहे. जीवन हे नृत्य आहे, इत्यादी सुभाषिते त्या लोकांच्या जिभेवर नेहमी नाचत असतात. जीवनाची कल्पना चित्राच्या रूपाने व्यक्त करायला त्यांना सांगितले तर 'ऊठ साकी, दे भरोनी, वारुणीचा एक प्याला' हे गीत गाणाऱ्या उमरखय्यामचीच मूर्ती ते चितारतील! त्यांच्या कोशात अश्रू म्हणजे दुःख आणि हास्य म्हणजे सुख, एवढेच अर्थ दिलेले असतात. त्यामुळे समुद्रकिनाऱ्यावरले लहान लहान खेकडे कसलाही आवाज झाला की, जसे आपल्या वाळूतल्या बिळाकडे चटकन धाव घेतात, त्याप्रमाणे कुठेही अश्रू दिसले की, सदान्‌कदा आनंदाचा पाठलाग करणारी ही मंडळी त्यांच्याकडे त्वरेने पाठ फिरवून पळू लागतात.

या स्वप्नाळूपणाचे राहून राहून मला हसू येते! आयुष्य हे गीत आहे. नाही कोण म्हणतो? पण ते जसे रडगाणे नाही, तशी निव्वळ शृंगाराने भरलेली उन्मादक लावणीही नाही ती! आणि जीवनाची नृत्याशी तुलना करायचा या सुखलोलुप मंडळींचा अट्टहासच असला तर मी त्यांना म्हणेन : ''जीवन हे नृत्य आहे असे तुम्ही म्हणता. कबूल! पण ते नृत्य नर्तिकेचे नाही; शंकराचे आहे! जीवन हे तांडवनृत्य आहे!''

क्रॉम्वेल मोठा पराक्रमी पुरुष होता, पण त्याचे रूप यथातथाच होते. तथापि त्याने आपली छबी काढणाऱ्या चित्रकाराला बजावून सांगितले, ''मी जसा आहे तसेच माझे चित्र काढ.'' मानवी जीवनही कलावंतापाशी सदैव हीच मागणी करीत असते. पण अशा चित्रणात करुणरसाचे प्रसंग आले की, माझ्या मित्रासारखे दुबळे जीव डोळे झाकून घेतात आणि ओरडतात. 'छे! हे अगदी असह्य आहे बुवा! रडून रडून आमचे डोळे सुजतात ना? आम्ही पैसे देऊन चित्रपट पाहतो नि कादंबऱ्या

विकत घेतो ते काय लहान पोरासारखं रडत बसायला?'

असले उद्गार ऐकले की, मला पर्जन्यवृष्टीच्या दृश्याची आठवण होते. पावसाळ्यात आभाळ अंधारून येते, दिव्याभोवती जाड कागद गुंडाळल्यावर त्याचा उजेड जसा अगदी अंधूक होतो तशी सूर्यप्रकाशाची स्थिती होते. शाळेत इन्स्पेक्टरांनी पाऊल टाकले की, मुले आपापल्या वर्गात गुपचूप बसतात ना? पाखरेही झाडावर किंवा घराच्या आडोशाला तशीच गप्प बसलेली दिसतात. चौखूर उधळलेल्या घोड्याप्रमाणे वारा सैरावैरा धावत असतो. घराच्या खिडक्या आणि दारे धडाधड आपटू लागतात. जणूकाही बेफाम धावणाऱ्या घोड्याच्या टापांचा खडखडाटच आपल्या कानावर पडत आहे असे वाटते.

अशा वेळी प्रौढ माणसे खिडक्या नि दारे लावून घेऊ पाहतात. बाहेरच्या दृश्यात त्यांना काहीच मौज वाटत नाही, पण मुले मात्र पावसाचे स्वागत करण्याकरिता घराबाहेर धाव घेतात, 'येरे येरे पावसा' हे स्वागतगीत गाऊ लागतात. कुठल्याही फाटक्यातुटक्या कागदांच्या होड्या करतात आणि पावसाचे टपोरे थेंब अंगावर पडू लागले की, जणू आपल्यावर पुष्पवृष्टी होत आहे अशा आनंदाने नर्तनात दंग होतात.

अन्नाच्या दृष्टीने पर्जन्याचे जेवढे महत्त्व तेवढेच आत्मविकासाच्या दृष्टीने अश्रूंचे आहे. पण पाऊस म्हणजे चिखल, गार वारा आणि ओल्याचिंब छत्र्या यापलीकडे जशी प्रौढांच्या दुबळ्या झालेल्या मनाची मजल जात नाही त्याप्रमाणे अश्रू म्हणजे दुःख, ओलेचिंब झालेले हातरुमाल आणि सुजलेले डोळे यापलीकडे आत्मनिष्ठ माणसाची कल्पना धावतच नाही.

पण अश्रू म्हणजे दुःख या कल्पनेत सत्याचा कितीसा भाग आहे? आपल्या आयुष्याचे सिंहावलोकन केले तर प्रत्येकाला एक गोष्ट आढळून येईल, आपल्या गत आयुष्यातल्या अनेक आनंददायक प्रसंगांचा अश्रूशीच निकट संबंध आहे.

लहानपणी मला पेढे फार आवडत. मी वडिलांपाशी हट्ट धरून ते कितीदा खाल्ले असतील याची गणतीच करता येणार नाही! त्या प्रसंगांपैकी एकही मला आता आठवत नाही. मी तापाने फणफणत असताना डॉक्टरांच्या औषधानेसुद्धा मला जो आराम वाटला नव्हता तो वडिलांच्या डोळ्यांतल्या अश्रूंनी निर्माण केला होता ही आठवण मात्र मी कधी विसरणार नाही. गुलबकावलीपासून कालिकामूर्तीपर्यंत शेकडो कथा मी बाळपणी आवडीने वाचल्या होत्या, भोळ्या बाळूच्या संगतीत तर मी खदाखदा हसलो होतो, पण लहानपणच्या त्या अधाशी वाचनापैकी एकच प्रसंग जणूकाही काल घडला आहे असे मला अद्यापि वाटते.

बाहेर मध्यरात्रीचा काळोख पसरला आहे, घरातली सर्व माणसे गाढ झोपली आहेत, मी अंथरुणावर 'गड आला पण सिंह गेला' वाचीत पडलो आहे. एवढे प्रकरण झाले की, दिवा मालवायचा नि झोपी जायचे असा मनातल्या मनात निश्चय

करीत आहे. पण उन्हाळ्यात प्रशस्त विहिरीत पोहताना 'आता पुरे' असे कधी मनाला वाटते का? आश्विन-कार्तिकातल्या चांदण्यात फिरताना 'बस' हा उद्‌गार कधी कुणाच्या तोंडून निघाला आहे का? हरिभाऊंची ती कादंबरी वाचताना माझी स्थितीही तशीच झाली आहे. शेवटी कादंबरी संपते. शेल्याने आच्छादलेले तानाजीचे शव पाहून शिवाजीमहाराजांच्या डोळ्यांत उभे राहिलेले अश्रू माझ्याही डोळ्यांतून पाझरू लागतात.

तो क्षण मी कधीही विसरणार नाही. अश्रूंचे पावित्र्य त्या क्षणी मला पटले. अश्रूंच्या उदात्तत्वाची त्या एका पळात मला प्रचिती आली. असल्या अश्रूंची माळ हाच आत्मनिष्ठ मनुष्याला जगाशी बांधणारा प्रेमपाश आहे याची अंधूक जाणीव त्या क्षणी मला झाली.

आणि ती जाणीव गेल्या तीस वर्षांतल्या विविध अनुभवांनी एकसारखी वाढतच आहे. मात्र या अनुभवांनी शिकविलेली एक गोष्ट मी विसरू शकत नाही. मित्रांप्रमाणे अश्रूंतही अनेक प्रकार असतात. काही अश्रू स्वार्थी असतात; काही अश्रू दुबळे असतात. असल्या अश्रूंनी आत्म्याचा विकास होत नाही. आता जिंकायला जग उरले नाही म्हणून सिकंदर ढळढळा रडला असे सांगतात, पण त्या दिग्विजयी वीराच्या अश्रूंपेक्षा हिंगण्याच्या शाळेतल्या एका शिक्षकाचे अश्रू मला अधिक मोलाचे वाटतात.

रागिणीकार वामनराव जोश्यांची त्यांच्या एका विद्यार्थिनीने सांगितलेली आठवण आहे :

मॅट्रिकच्या वर्गामधला शेवटचा दिवस. शेवटची प्रार्थना. प्रार्थना संपली. वामनराव विद्यार्थिनींना निरोप देताना म्हणाले, "मुलींनो, मी तुम्हाला पुष्कळ बोललो असेन. पण ते सारं तुमच्या बऱ्याकरिताच होतं. आता तुम्ही येथून दूर जाणार. पण जिथं जाल, तिथं सुखी असा हाच माझा तुम्हाला आशीर्वाद" हे बोलता बोलता त्यांच्या डोळ्यांत अश्रू उभे राहिले.

असल्या अश्रूंनीच आजपर्यंत जगातल्या मानवतेचे पोषण केले आहे. बुद्धापासून गांधीपर्यंत अनेक महात्म्यांनी गाळलेल्या अश्रूंमुळेच पाशवी मनोवृत्तीच्या वणव्यात जळणाऱ्या जगाचा अद्यापिही माणुसकीवरील विश्वास उडून गेलेला नाही आणि म्हणूनच माझे अत्यंत आवडते कवीसुद्धा अश्रूंची फुलांशी तुलना करू लागतात तेव्हा, चित्रपटांतले करुणरसाचे प्रसंग कापून टाकण्याची सूचना करणाऱ्या माझ्या मित्राइतकेच तेही जीवनाचे अज्ञान प्रकट करतात असे मला वाटते. हास्य हे जीवनवृक्षाचे फूल आहे, पण अश्रू हे त्याचे फळ आहे.

●

आठ : एक अपघात

परिचय :

जीवनाकडे अकारण गंभीर दृष्टीने पाहण्याची परंपरा आपल्या समाजात अद्यापि रूढ आहे. 'थोडे हसा' अशी विनंती करण्याचा प्रसंग फोटोग्राफरांवरच नेहमी येतो असे नाही; रस्त्याने जाता-येतानासुद्धा ही विनंती करण्याची इच्छा मनात उत्पन्न व्हावी अशीच परिस्थिती आपल्या भोवताली नेहमी दिसते. गाणे, हसणे, खेळणे इत्यादी गोष्टी फक्त बालकांना शोभतात अशी जी एक संकुचित कल्पना आपल्या मनात मूळ धरून राहिली आहे तिचे उच्चाटन जितक्या लवकर होईल तितके बरे. जीवन हे संगीत आहे. संगीतात ज्याप्रमाणे सुंदर व सुरेल वाद्यमेळ रसपरिपोषक ठरतो त्याचप्रमाणे जीवनविकासालाही त्यागाइतकाच भोग आणि सेवेइतकीच क्रीडावृत्ती साहाय्य करू शकते.

वर्तमानपत्रे विकणारा मुलगा दारात आला मात्र! आम्ही दोघे लगबगीने पुढे गेलो. खेळण्याच्या दुकानात शिरल्यावर लहान मूल हाताला येईल ती वस्तू उचलून घ्यायला लागते. आम्हीही तशीच त्याच्या हातांतून चार-पाच वर्तमानपत्रे जवळजवळ हिसकावून घेतली.

घाईघाईने एक पेपर उघडून मी महायुद्धाच्या बातम्या वाचू लागलो. इतक्यात माझा मित्र उद्गारला, ''अरे, वर्ध्याची बातमी वाचलीस का?''

मला वाटले, वर्ध्याला कार्यकारी मंडळाने एखादा जहाल ठराव पास केला असावा!

त्याने दाखविलेली बातमी मी वाचू लागलो. अपघात हा तिच्यातला मोठा शब्द दिसताच मी क्षणभर बावरलो. कुणाला अपघात झाला असावा? महात्मा गांधींना? ज्योतिषावर माझा विश्वास नसला तरी करमणुकीखातर मी ते नेहमीच वाचीत असतो. कालच एका आधुनिक भास्कराचार्याने, 'हा महिना महात्मा गांधींच्या प्रकृतीला फार वाईट आहे' म्हणून छापूनही टाकले होते. त्या गृहस्थाची बत्तिशी पुरेपूर वठली की काय ते मला कळेना!

जवाहरलाल विमानाने वर्ध्याला येणार होते ही गोष्टही मला आठवली. एका क्षणात, मनात नाही नाही त्या कल्पना येऊन गेल्या.

पण दुसऱ्याच क्षणी मनुष्याचे मन किती भित्रे असते याची खात्री होऊन मला हसू आले. वर्ध्याला अपघात झाला होता खरा, पण तो विमानाचा अथवा मोटारीचा नव्हता, फुटबॉलचा होता. फुटबॉल खेळता खेळता शंकरराव देव पडले होते आणि त्यांचे पायाचे हाड थोडेसे दुखावले होते.

मी ती बातमी पुन्हा मोठ्या कौतुकाने वाचू लागलो. तेव्हा माझा मित्र हसून म्हणाला, ''युद्धाच्या बातम्यांपेक्षाही या बातमीत तू अधिक रंगून गेलेला दिसतोय!''

''हू!'' मी उत्तर दिले.

''असं आहे काय त्यात?'' खो खो हसत तो पुढे म्हणाला, ''ही बातमी वाचताना शंकरराव देवांची मूर्ती माझ्या डोळ्यांपुढे उभी राहिली नि मला अशा गुदगुल्या झाल्या म्हणतोस! दाढी आणि लुंगी यांचा फुटबॉलशी काय संबंध आहे देव जाणे!'' 'ब्रह्मचारी' पडद्यावर येण्यापूर्वी जर हा प्रसंग घडला असता तर त्या बोलपटात औदुंबरादी शिष्यगणांसह चंडिराम लगोरी खेळत आहे असं एखादं दृश्य दाखवायला अत्रे चुकले नसते. ''अरे, सावरकरांविषयी असली काही बातमी छापून आली असती तर ती मला स्वाभाविक वाटली असती! तोफेच्या गोळ्यांनी खेळण्याची खुमखुमी त्यांनी फुटबॉलनं भागविली असं म्हणता आलं असतं! पण शंकरराव देवांसारख्या विरक्त गांधीवाद्याला फुटबॉल खेळण्याची लहर यावी? छे! अहिंसेच्या कट्टर पुरस्कर्त्यानं चेंडूला लाथा मारण्याकरिता एखाद्या पोरांप्रमाणं धावत सुटावं? अब्रह्मण्यम्!''

त्याचे बोलणे आणि हसणे पूर्णपणे थांबेपर्यंत मी गंभीरपणाने गप्प बसलो. मग मी हळूच म्हणालो, ''ही बातमी वाचून फार आनंद झाला मला!''

''आनंद! शंकरराव देव पडले म्हणून आनंद झाला होय तुला? अरे, काँग्रेसचा भक्त म्हणवतोस नि-''

''तसं नव्हे रे! देवसुद्धा माणूसच आहेत हे मनात येऊन आनंद झाला मला!''

तो माझ्याकडे आश्चर्याने पाहू लागला. मी म्हटले, ''मोठ्या माणसांविषयीच्या आपल्या कल्पना किती विचित्र असतात! प्रत्येक मोठा माणूस हा देवमाणूसच असला पाहिजे असं आपल्याला वाटतं! ही अपेक्षा सर्वस्वी चुकीची नाही, पण देवमाणसाबद्दल प्रेम वाटतं याचं कारण त्यांच्यात देवपण असतं हे नव्हे, तर देव होऊनही ती तुझ्यामाझ्याप्रमाणे हसतात, खेळतात नि लहानसहान गोष्टीत रंगून जातात म्हणूनच ती जगाला आवडतात!''

हा तत्त्वज्ञानाचा घोट फार कडू वाटल्यामुळेच की काय, माझा मित्र मुकाट्याने वर्तमानपत्रे वाचू लागला.

माझे मात्र काही केल्या वाचनावर लक्ष लागेना. राहून राहून शंकरराव देव आणि फुटबॉल यांची आठवण होत होती मला. या अपघाताच्या बातमीवर अनेक

वर्तमानपत्रांतल्या पहिल्या पानावर काय काय मल्लिनाथी छापून येईल याची मी कल्पना करू लागलो!

वर्ध्याला वर्किंग कमिटीचे काम संपवून बाहेर येताच देवांना फुटबॉल खेळणारी काही मुले दिसली आणि मुलांच्या त्या खेळात त्यांनीही हौसेने भाग घेतला! या प्रसंगावर कुणी दुढ्ढाचार्य पोरकट म्हणून शिक्का मारतील, कुणी फुटबॉलला लाथा मारण्यात देवांनी अहिंसाव्रताचा भंग केला व या व्रतभंगाबद्दल हाड दुखावण्याच्या रूपाने त्यांना शिक्षा झाली असे मिस्कीलपणे म्हणतील!

हे सारे लक्षात येऊनही माझ्या मनात आले, फुटबॉल खेळणाऱ्या मुलांत ज्या क्षणी शंकरराव मिसळले तो क्षण, त्यांनी ज्या घटकेला स्वत:ला राष्ट्रकार्याला वाहून घेतले त्या घटकेइतकाच महत्त्वाचा आहे.

मी काहीतरीच सांगत नाही. सेवावृत्तीइतकीच क्रीडावृत्ती हा जीवनविकासाचा एक आवश्यक भाग आहे, पण हे किती लोकांना कळते? मनुष्य जेवढा अधिक मोठा, तेवढा त्याचा चेहरा अधिक सुतकी असला पाहिजे असे मानणारी अनेक माणसे आढळतात! जवाहरलाल पत्ते खेळतात अगर सुभाष बाबू लॉरेल-हॉर्डीचा चित्रपट पाहून खो-खो हसतात असे जर त्यांना कुणी सांगितले तर प्रलयकाल जवळ आल्याइतके त्यांचे चेहरे दु:खी होतील! गांभीर्याच्या या कैवाऱ्यांना वाटते, 'जग ही एक शाळा आहे. मोठी माणसं ही या शाळेतील मास्तरमंडळीच! एखाद्या शाळेत मास्तर गाऊ लागले, नाचू लागले, हसू लागले तर तिथं कसली कपाळाची शिस्त राहणार?'

जग ही एक शाळा आहे हे मलाही मान्य आहे. मोठी माणसे ही या शाळेतील शिक्षक आहेत हेही मी कबूल करतो, पण जग ही शाळा असली तरी ती तात्यापंतोजीचीच शाळा असली पाहिजे असा हट्ट का? किंडरगार्टन पद्धतीने मुले हसतखेळत किती जलद शिकतात हा अनुभव काही आता नवीन नाही. मग जगाच्या शाळेलाही हे नवे वळण लागावे असे कुणी म्हटले, किंबहुना तसा बदल कुणी घडवून आणू लागला तर त्यात काय बिघडले? नवीन शिक्षणपद्धतीत खेळ हा जसा शिक्षक आणि विद्यार्थी यांच्यामधला दुवा आहे त्याप्रमाणे मोठी माणसे आणि छोटी माणसे यांना जोडणारा जगात एकच पूल आहे. त्याचे नाव खेळकरपणा.

एका जुन्या क्रमिक इंग्रजी पुस्तकात, जपानात म्हातारी माणसे मोठ्या हौसेने पतंग उडवीत असतात असे एक वाक्य आहे. ते मी शिकवीत असताना वर्गात जो विलक्षण हशा उसळला होता, तो इतकी वर्षे झाली तरी अजूनही मला आठवतो. वर्गातल्या प्रत्येक मुलाचे हास्य म्हणत होते- म्हातारी माणसे पतंगांनी खेळतात? छे! लहान मुलाने आजोबांचा चश्मा लावावा त्यातलाच प्रकार आहे हा! उद्या म्हातारी माणसे लंगडीने खेळतील, म्हाताऱ्या बायका फुगड्या घालू लागतील

आणि डोक्याला टक्कल पडलेले किंवा पाठीला पोक आलेले लोक 'हुतूतूतूतू' करीत एकमेकांना पकडण्याचा प्रयत्न करतील! म्हाताऱ्यांनी पतंग उडवीत बसायचे? किती हास्यास्पद आहे हे!

जपान आज जगातले एक प्रमुख राष्ट्र झाले आहे, याचे कारण तिथे म्हातारी माणसे पतंगांनी खेळतात असे मी त्या वेळी बोलून गेलो. वाक्य तोंडातून निघून गेल्यावर मग मला वाटले, मुलांच्या हसण्याला उत्तर म्हणून आपण भलतेच विधान केले. पण आता वाटते, माझे ते विधान सर्वस्वी बरोबर होते. कुठल्याही राष्ट्राची प्रगती तरुणांवरच अवलंबून असते आणि देशात तरुण किती आहेत हे शिरगणतीतल्या वयाच्या आकड्यांवरून किंवा किती तरुणी आहेत हे बाजारात खपणाऱ्या केसाच्या आकड्यांवरून कधीच ठरविता येत नाही. शिंप्यांना डबलब्रेस्टचे कोट आणि पायजमे किंवा १९३९ च्या फॅशनचे ब्लाऊज आणि झंपर खूप शिवावे लागले म्हणून हिंदुस्थानात तरुण-तरुणींची संख्या मोठी आहे असे म्हणायला मी मुळीच तयार नाही. तारुण्याची परीक्षा केशभूषा किंवा वेशभूषा यांच्यावरून होत नाही; ती मनावरूनच होते. ज्यांची मने तरुण आहेत तीच माणसे कुठल्याही खेळात हौसेने भाग घेतात. शंकरराव देव फुटबॉल खेळणाऱ्या मुलांत मिसळले याचा जो मला आनंद झाला त्याचे कारण एकच होते- आमचे पुढारी वयाने प्रौढ झाले तरी मनाने तरुण राहू इच्छितात ही गोष्ट या प्रसंगाने सहजासहजी सिद्ध झाली.

मला आगरकरांच्या असामान्य कर्तृत्वाची आठवण झाली. त्यांचे लेख वाचल्यावर दम्यासारख्या त्रासदायक विकाराने जन्मभर पछाडलेल्या माणसाच्या लेखणीतून जग जिंकायला निघालेल्या लढवय्याला शोभणारे तेजस्वी विचार अव्याहत कसे निघत असत याचे मला कैक दिवस कोडे पडले होते. पुढे आगरकरांचे चरित्र वाचताना एका लहानशा प्रसंगाने या रहस्याचा उलगडा मला झाला. मुलाने पाठीवर बसून घोडा, घोडा म्हणून चाबूक मारला, की दम्याने जर्जर झालेल्या त्यांच्या शरीरातले तरुण मन हा हा म्हणता त्या खेळात गुंग होऊन जात असे!

वर्तमानपत्रातल्या त्या बातमीवर माझी दृष्टी पुन्हा स्थिर झाली. त्या बातमीतली 'अपघात' ही अक्षरे माझ्या डोळ्यांत कशी खुपू लागली! माझ्या मनात आले- वर्तमानपत्रांचे संपादक मुलखाचे अरसिक असतात! शंकरराव फुटबॉल खेळताना चुकून पडले असतील, त्यांच्या पायाचे हाड थोडेसे दुखावलेही असेल! म्हणून काय या बातमीचा मथळा 'श्री. शंकरराव देवांना अपघात' असा छापायचा? या धंदेवाईक संपादकांची सारी भिस्त भयानक रसावर असते. खून, विनयभंग, अपघात हे सारे यांचे जानीदोस्त!

छे! मी जर या वर्तमानपत्राचा संपादक असतो तर या बातमीचा मथळा याहूनही

मोठ्या ठशात छापला असता, पण तो 'श्री. शंकरराव देवांना अपघात' असा नाहीतर 'श्री. शंकरराव देवांचे अभिनंदन' असा!

●

नऊ : महापूर

परिचय :

'जे रम्य ते बघुनिया मज वेड लागे' असे केशवसुतांनी कविमनाचे वर्णन केले आहे. पण हे वर्णन अपुरे आहे. कविमनाला रम्यत्वाइतकेच भव्यत्वाचेही आकर्षण असते. बागेतल्या फुलांवर बागडणारे फुलपाखरू आणि आकाशाच्या या टोकापासून त्या टोकापर्यंत पसरलेले इंद्रधनुष्य- दोन्हींच्याही सौंदर्याचा कविमन सारख्याच उत्कटत्वाने आस्वाद घेऊ शकते. प्रत्येक मनुष्य हा अंतरंगात कवी असल्यामुळे रम्यत्वाप्रमाणे भव्यत्वाचीही ओढ त्याच्या दैनंदिन जीवनात दिसून येते. विशाल आकाश, अफाट समुद्र, उत्तुंग गिरिशिखरे, मुसळधार पाऊस आणि मातृभूमीच्या स्वातंत्र्यासाठी हसत फासावर चढणारा देशभक्त यांच्याकडे सामान्य मनुष्य ज्या दृष्टीने पाहतो ती कौतुकाची नसते, पूजेची असते. या भव्यत्वातून त्याला दिव्यत्वाचा साक्षात्कार होत असतो.

अगदी लहानपणीची गोष्ट. ठेच लागून का दुसऱ्या कशानेसा माझा पाय दुखत होता. या दुखण्याचा यथाशक्ती फायदा घेऊन मी शाळेला बुट्टी दिली त्या दिवशी! आधीच पायदुखीमुळे कणकण आली होती अंगात. त्यात दिवस पडले पावसाळ्याचे. उगीच तापबिप येईल म्हणून वडिलांनीही माझी रजा मंजूर केली, पण शाळेला न गेल्याचा लगेच पस्तावा झाला मला. त्या दिवशी कृष्णामाईला मोठे पाणी आले होते. तिसऱ्या प्रहरी ते इतके वाढले की, शाळासुद्धा लवकर सुटल्या. मुलांच्या झुंडी नदीकडे जाऊ लागल्या. घराच्या सोप्यावरून त्या पाहताना माझा जीव कसा खालीवर होई. शाळेतल्या बक्षीस समारंभात ऐटीने व्यासपीठावर जाऊन बक्षिसे घेऊन येणाऱ्या मुलांचासुद्धा वाटला नसेल इतका पाणी पाहायला जाणाऱ्या त्या मुलांचा मला हेवा वाटू लागला. माझ्या पायाचा तर मनस्वी राग आला मला! शेवटी वडील देवदर्शनाला गेल्याची संधी साधून लंगडतच मी घाटावर गेलो आणि पाणी पाहून सावकाश परत आलो. हिंदुस्थानावर स्वारी करणाऱ्या लंगड्या तैमूरलंगाचे स्वागत त्याच्या मातृभूमीने कसे केले हे मला ठाऊक नाही, मात्र कृष्णामाबाईच्या दर्शनाचा प्रसाद घरी आल्यावर मला भरपूर मिळाला हे सांगायची आवश्यकताच आहे असे नाही.

जेव्हा जेव्हा मला त्या दिवसाची आठवण होते, तेव्हा तेव्हा माझ्या मनात एकच प्रश्न उभा राहतो. पुराचे सौंदर्य पाहण्याकरिता का त्या दिवशी मी घाटावर गेलो होतो? नदीवर झालेली अफाट गर्दी- पाण्याच्या पुराप्रमाणे दिसणारा माणसांचा पूर- ते सारे सौंदर्यपिपासू लोक होते का? त्यांच्यापैकी सर्वांनी डोळे भरून जरी तो भव्य देखावा पाहिला असला तरी त्याचे यथार्थ अगर काव्यमय वर्णन एखाद्यालाही करता आले नसते. असे पाणी पाच-दहा वर्षांतून केव्हातरी येई. नदीच्या दोन्ही बाजूंच्या मळ्या केव्हाच पाण्यात बुडून गेल्या होत्या. वक्तृत्वाच्या ओघात वक्त्याच्या वैयक्तिक दोषांचे भान राहू नये, त्याप्रमाणे नदीचे उंचसखल पात्र आणि घाट ही सर्व अदृश्य झाली होती.

महापूर आलेली नदी कसली, मानवी जीवनाचे धावते प्रतिबिंबच होते ते! जीवमात्राप्रमाणे प्रत्येक लाट चढत होती, पडत होती, धडपडत होती. पाण्यात ठिकठिकाणी लहानमोठे भोवरे निर्माण होत होते. जणूकाही आयुष्यमार्गावरील खाचखळगे! पाण्याबरोबर वाहून येणारी लाकडे, साप, गवत इत्यादी गोष्टी मानवी जीव गुणदोषांचे जे आनुवंशिक गाठोडे बरोबर घेऊन येतो त्याची आठवण करून देत होत्या.

दुसऱ्या दिवशी मास्तरांनी पुरावर निबंध लिहायला सांगितले असते तर वरील अलंकारिक वर्णन मला मुळीच सुचले नसते. पण असे असूनही नदीचे ते अफाट पाणी पाहताना दुखणारा पाय अगर घरी बसणारा मार याची मला शुद्ध राहिली नव्हती. अशा बेभान स्थितीची ब्रह्मानंदाशी तुलना करणे काही फारसे चुकीचे होणार नाही. वय, जात, धर्म, संस्कार इत्यादी गोष्टींत अत्यंत भिन्न असलेल्या हजारो लोकांना अलौकिक आनंद देण्याची शक्ती त्या पुरात कुठून आली? ते काही केवळ सौंदर्याचे सामर्थ्य नव्हते खास! चंद्राच्या नाजूक पावलांना काही टोचू-बोचू नये म्हणून पांढऱ्याशुभ्र मेघांचे रुजामे शारदीय रजनी आकाशाच्या मंदिरात जेव्हा पसरते तेव्हाचे दृश्य रमणीय नसते? त्रिपुरी पौर्णिमेदिवशी भाविक स्त्रिया नदीपृष्ठावर दीपमाला सोडतात तेव्हा नाचऱ्या ज्योतींची पाण्यात पडलेली प्रतिबिंबे काय मनोहर दिसत नाहीत? पण जनसमुद्र हा समुद्रापेक्षा निराळाच आहे थोडासा. समुद्राला चिमुकली चंद्रकला नाचवू शकतो, पण जनसमुद्राच्या हालचालींना सूर्यनारायणच भरती आणतो. उत्कट अलौकिकत्वाची अगर उदात्त भव्यपणाची मोहिनी जनमनावर अगदी सहज पडते हेच खरे!

तसे पाहिले तर पंचमहाभूतांच्या सर्वच क्रीडा मला आवडतात. मग ती वाऱ्याची शीळ असो अगर सूर्यकिरणाने पडलेला कवडसा असो; परंतु अशा रम्य दृश्यांनी माझे मन आनंदाने गुणगुणू लागले तरी त्याला पंचमात गायला लावणारे देखावे अगदीच निराळे आहेत. मृगावर आरूढ होऊन पावसाळी वारा जेव्हा दौडत

येतो आणि माझ्या घराभोवतालची माडपोफळीची झाडे जेव्हा बेहोश होऊन नाचू लागतात, तेव्हा माझे हृदयही नकळत नर्तनात निमग्न होते. जमिनीवरून चालताना दिसणारा आकाशाचा इवलासा निळा भाग पाहून माझ्या मनाचे समाधान कधीच होत नाही. सुंदर पीस दिसले की, त्याचा चिमणा धनी पाहण्याची हुरहुर मनाला लागतेच की नाही? अगदी तस्से होते मला अशा वेळी! माझ्या घराजवळच्या टेकडीवर मी हवा खायला जातो असे लोक खुशाल म्हणोत. अफाट आकाशाचे दर्शन व्हावे म्हणूनच मी ती चढण्याचे श्रम घेतो. जिवावर उदार होऊन सहारामधून प्रवास करणारे जे साहसी संशोधक होऊन गेले त्यांना पृथ्वीच्या भव्य विस्ताराने काहीच का दिलासा दिला नसेल? पावसाळ्यात सूर्य कृपणाप्रमाणे हात राखून प्रकाश देऊ लागतो तेव्हा अगदी कंटाळून जातो आपण! उन्हाळ्यातली त्याची तेजाची उधळपट्टी त्या वेळी बरी वाटू लागते नाही? जलदर्शनाने होणारा आनंद काही निराळाच आहे हे खोटे नाही. दवबिंदूंच्या रूपाने अवतरलेली तान्हुल्यांची चुंबने, अल्लड तरुण- तरुणींच्या हृदयांप्रमाणे खळखळत धाव घेणारे निर्झर, सुखवस्तू सांसारिकांसारखी दिसणारी सरोवरे आणि भोवतालच्या रूक्ष प्रदेशाला आपल्या मातृहृदयाने नंदनवनाचे स्वरूप आणणाऱ्या नद्या यांच्या दर्शनाने आनंदित न होणारा अभागी प्राणी उभ्या जगात तरी सापडेल का? परंतु या दृश्यांचा आनंद अगदी अवीट मात्र वाटत नाही मला. समुद्रकिनाऱ्यावर जावे आणि क्षितिजापर्यंत जाऊन भिडलेले जलदेवीचे साम्राज्य पाहावे! क्षणार्धात मनुष्य स्वतःला विसरून जातो. केव्हाही समुद्राकडे पाहा, त्याचा भव्य विस्तार व अलौकिक जयघोष अगदी नवाच वाटतो. भगवान विष्णूला सागराचे शयनमंदिर निर्माण करून देणाऱ्या कवीच्या प्रतिभेचे कौतुक करावे तेवढे थोडेच.

पौराणिक प्रतिभेने शंकराला कैलासाच्या शिखरावर नेऊन बसविले याचे तरी दुसरे काय कारण असणार? देवत्व म्हणजे धर्माने मान्य केलेले भव्यत्व आणि मानवाला मोहिनी घालणारे अलौकिकत्वच नव्हे का? बागेत या फुलावरून त्या फुलावर उडणाऱ्या फुलपाखरांचे रंग किती मोहक असतात, पण आपण त्यांच्याकडे पाहत असतानाच आकाशात जर एखादी घार रंगण घालू लागली अगर हालचाल न करता वातावरणात पोहत राहिली, तर आपले लक्ष त्या चिमण्या फुलपाखरांवरून तिच्याकडं जाणे स्वाभाविक नाही का? कागदाचे कपटे आणि लहानमोठ्या दोऱ्या कुठल्याही घराच्या कानाकोपऱ्यात काय कमी पडलेल्या असतात? पण एक कागद एका दोरीच्या आधाराने अफाट आकाशात जाऊन डौलाने मिरवू लागू द्या म्हणजे बाळगोपाळांच्या आनंदाला केवढा पूर येतो ते पाहा. निशाणाची काठी धुणी वाळत घालायच्या काठीपेक्षा अधिक लांब असेलच असा काही नियम नाही. पण केशवसुतांसारख्या कवीकडूनही तिने स्तुतिस्तोत्राचा करभार घेतला याचे कारण

अलौकिक भावनांचा महापूर उत्पन्न करण्याचे निशाणाचे सामर्थ्य हेच नाही का?

रावसाहेब मंडलिक पूर्वीच्या पिढीतील एक थोर गृहस्थ होऊन गेले यात संशय नाही. त्यांच्या येण्याजाण्यावरून लोक घड्याळे लावीत असत. ही गोष्ट माझे घड्याळ नेहमी मागे राहते म्हणूनच मला महत्त्वाची वाटते असे नाही! या यांत्रिक युगात नियमितपणाची किंमत वाढली आहे हे कोणीही कबूल करील. स्टेशनवर वेळेवर न गेल्यामुळे गाडी चुकून टांग्याचे पैसे तरी फुकट जातात, नाहीतर पुढल्या गाडीची वेळ होईपर्यंत चहाच्या दुकानदाराला तरी पैसे द्यावे लागतात, हा अनुभव कुणाला नाही? पण परवा रावसाहेब मंडलिक आणि अच्युतराव कोल्हटकर यांची छोटी चरित्रे एकामागून एक माझ्या वाचनात आली, तेव्हा रावसाहेबांपेक्षा अच्युतराव मला अधिक आवडले. रात्रभर जागून दैनिक संदेश लिहिण्याचा अच्युतरावांचा उद्योग रावसाहेबांच्या घड्याळाला मुळीच पसंत पडला नसता हे मला कळते; परंतु निद्रेने आपल्या पाशांत सारे जग बद्ध करून टाकले असताना एका पुरुषाने निसर्गाच्या त्या मोहिनीला दूर लोटून पानेच्या पाने एकटाकी चटकदार मजकूर लिहावा आणि झोपलेले जग उठते न उठते तोच त्याला आपल्या या सुंदर साहसाने स्तिमित करावे ही गोष्ट वेळच्या वेळी कचेरीत जाऊन कामे करण्यापेक्षा अधिक कौतुकाची नाही का? अहिल्याबाईने केलेल्या दानधर्मापेक्षाही तिने राघोबादादाला दिलेल्या सडेतोड उत्तराबद्दल मला अधिक आदर वाटतो. गागाभट्टांनी गंगाजलाचे सिंचन करून शिवरायांना केलेला अभिषेक दर्शनीय झाला असेल! पण त्यापेक्षाही शिवचरित्रातील अधिक रमणीय प्रसंग पाहिला तो फक्त आकाशस्थ तारकांनीच. बालसंभाजीसह आग्र्याच्या किल्ल्यातून बाहेर पडून शिवाजी महाराजांनी त्या काळोख्या रात्री शत्रूवर जी मात केली तिच्या नुसत्या स्मरणाने अजूनही अंगावर रोमांच उभे राहतात. 'ते मुख वर केले परि नाही चुंबले' असा प्रसंग शाकुंतलाच्या तिसऱ्या अंकात असूनही रसिक चौथ्या अंकाचीच किंमत अधिक मानतात याचेही इंगित हेच आहे. पाळलेल्या मुलीला सासरी पाठविताना होणारी वैराग्यशाली कण्वमुनीच्या हृदयाची कालवाकालव- त्या शांत आश्रमाने याच्यापेक्षा अधिक भव्योत्कट दृश्य पूर्वी कधीच पाहिले नसेल!

लहानपणी मी लंगडत पूर पाहायला गेलो त्याचे कारण अलौकिक उत्कटतेकडे असलेला हा मानवी ओढाच नाही का? 'मी निर्दोष आहे हे पृथ्वीवरल्या आंधळ्या न्यायदेवतेला बजावून सांगणारी शक्ती स्वर्गात आहे.' अशा अर्थाचे लोकमान्यांचे उद्‌गार छापले तर पुरत्या चार ओळीसुद्धा भरणार नाहीत. पण त्यांच्या प्रचंड गीतारहस्याहूनही ते हृदयाला जाऊन भिडतात. एकदा आमच्या मित्रमंडळाच्या बैठकीत प्रत्येकाने आपल्या आयुष्यातला संस्मरणीय प्रसंग सांगावा अशी टूम काढली कुणीशी! मी मोठ्या विचारात पडलो. उथळ विनोदापासून उत्कट करुणापर्यंत

सर्व रसांना जन्म देणाऱ्या गोष्टी माझ्या आयुष्यात घडलेल्या आहेत, पण प्रथमदर्शनी टवटवीत वाटणारी अनुभवाची अनेक फुले कालांतराने निर्माल्य होऊन जातात. विश्वविद्यालयात मिळविलेले यश, बहीण व बायको यांच्या प्रेमाची अगणित प्रत्यंतरे, कीर्तीने हसतमुखाने आपल्या मंदिराचे उघडलेले महाद्वार, कितीतरी रमणीय स्मृतिचित्रे झर्रकन माझ्या मनश्चक्षूंपुढून निघून गेली, पण त्यापैकी कोणते चित्र प्रदर्शनात मांडावे हेच कळेना मला! मनाचा ठाम निश्चय ठरायच्या आधीच माझी पाळी आली. मंत्रमुग्ध मनुष्याप्रमाणे मी बोलू लागलो. माझ्या तोंडून जी हकिकत सांगितली गेली ती पोहून पोहून दमलो असतानाही समुद्रात बुडणाऱ्या एका विद्यार्थ्याला काढण्याकरिता पुन्हा मी पाण्यात कसा गेलो या प्रसंगाची! अभिमानाच्या, आनंदाच्या व सुखसंवेदनांच्या अनेक गोष्टी सोडून माझ्या मनाने त्याच प्रसंगाची निवड का केली? समोर मृत्यूचे दार उघडे होते. मागे घराचे दार उघडे दिसत होते. काळाच्या गळ्यात मिठी मारायला धावायचे आणि तेही आपल्या पायांनी? मागे ओढणारे मायेचे पाश बहिणीचे ओले डोळे आणि पत्नीचे कापरे ओठ परत फिरण्याचा काकुळतीने उपदेश करीत होते, पण जिवाच्या आकांताने ओरडणारा तो अभागी मुलगा पाहून माझी शुद्धच नाहीशी झाली. क्षणात मी पाण्यात शिरलो. तर्क, विचार, वैयक्तिक भावना या सर्वांना बुडवून टाकणाऱ्या कसल्या तरी महापुराने माझे मन त्या वेळी व्यापून टाकले हेच खरे!

दहा : आपली पत्रे

परिचय :

कुणी काही म्हणो, सकाळच्या चहाप्रमाणे सकाळच्या टपालाने येणारी पत्रे हा आधुनिक संस्कृतीचा एक महत्त्वाचा भाग होऊन बसला आहे. टपालाचा शिपाई यायची वेळ झाली की, मग आपणाला दुसरी कामे सुचेनाशी होतात. त्याला यायला थोडासा उशीर झाला तरी आपल्या मनात नाही नाही त्या शंका येऊ लागतात. मोरोपंतांच्या 'संशयरत्नमाले'प्रमाणे पोस्टाच्या शिपायाची उत्कंठतेने वाट पाहणाऱ्या स्त्री-पुरुषांच्या शंकांची एखादी रत्नमाला कुणी विनोदी कवीने गुंफली तरी ती अत्यंत वाचनीय होईल. मनुष्य कधीही निव्वळ बुद्धिजीवी होऊ शकत नाही. विसाव्या शतकातल्या त्याच्या यांत्रिक जीवनात क्षणभर का होईना, पत्रे भावनेचा ओलावा निर्माण करू शकतात आणि म्हणूनच आधुनिक जीवनात आणि वाङ्‌मयात पत्रांना महत्त्वाचे स्थान प्राप्त झाले आहे.

कितीतरी दिवस उत्तर हिंदुस्थानच्या प्रवासाला जायचा बेत चालला होता माझ्या स्नेह्यांचा! उद्यापासून सकाळी लवकर उठायचे, नेहमी खरे बोलायचे, चहा सोडून द्यायचा, इत्यादी अनेक सुंदर संकल्प लहानपणी मी निजताना दररोज मनाशी करत असे. पण तो उद्या अजून काही उगवला नाही. माझ्या स्नेह्यांच्या प्रवासाच्या संकल्पाचीही तीच दशा होते की काय अशी मला भीती वाटू लागली होती. पण माझ्यापेक्षा त्यांचा संकल्प अधिक सत्य असल्यामुळे म्हणा अथवा मोहावर विजय मिळविण्यापेक्षा आगगाडीचे तिकीट मिळविणे ही अधिक सोपी गोष्ट असल्यामुळे म्हणा, ते एकदाचे प्रवासाला निघाले.

विविध रमणीय स्थळे पाहताना माझे स्नेही किती रंगून जातील याचे चित्र नकळत माझी कल्पना काढू लागली. प्रीतिलतेवरील अमरपुष्प असा ताजमहाल, व्यवहाराला भक्तीच्या जगाशी जोडणारा लक्ष्मणझुला, पुष्पाच्छादित काश्मीर आणि हिमाच्छादित गिरिशिखरे यांचे सौंदर्य चार घटकांत आत्मसात करणे कुणाला शक्य तरी आहे का? सुंदर ज्योतीच्या दर्शनाने पतंग वेडा होऊन तिच्या भोवती घिरट्या घालतो ना? मग ज्यांची मोहक वर्णने लहानपणापासून आम्ही तन्मयतेने वाचीत आलो होतो, ज्यांच्या दर्शनाकरिता निद्रादेवतेने स्वप्नांच्या पुष्पक विमानातून

आम्हाला अनेकवार दूरवर नेलेही होते, ज्यांच्या नुसत्या निर्जीव छायाचित्रांनी आमचे हृदय फुलून जात असे, ती सौंदर्याची निधाने पाहिल्यावर माझ्या मित्रांचे पाऊल तिथून पुढे पडणे शक्यच नव्हते. या दिव्य सौंदर्याचे दर्शन आपल्याला पुन्हा घडेल याची शाश्वती कुठे असते? साध्या चांदण्या रात्रीचा आनंद लुटतानाही दत्त कवीने 'वारंवार कोठुनी असे दिसणार' हे उद्‍गार काही उगीच काढले नाहीत.

सौंदर्याच्या सागरात माझे स्नेही एखाद्या पाणबुडीप्रमाणे विहार करीत असतील, त्यांना पृष्ठभागाचे आता भानही राहिले नसेल, अशा कल्पनेत मी दंग होतो. इतक्यात एके दिवशी त्यांचे पत्र आले. वर छाप काशीचा होता, माझ्या डोळ्यांपुढे एकदम गंगेच्या विशाल प्रवाहात पोहण्याची मौज आणि हिंदू विश्वविद्यालयाचा आश्चर्यकारक विस्तार उभा राहिला. लहान मूल नवे खेळणे मिळाले म्हणजे त्याच्याविषयी जसे एकसारखे आपल्या बोबड्या बोलांनी बोलत असते, त्याप्रमाणे माझ्या मित्रांनी काशीतल्या या सर्व रम्य गोष्टींचे रसाळपणाने पत्रात वर्णन केले असेल अशा खात्रीनेच मी ते पत्र फोडले. पण- त्याच्या आरंभीच्या ओळी अशा होत्या- 'काल येथे आलो. लगेच तुम्हाला दिलेल्या पत्त्यावर जाऊन पत्राची चौकशी केली. पत्र नसल्यामुळे फार निराशा झाली.'

पत्रात येऊन जाऊन मी काय लिहिणार? 'इकडील सर्व क्षेम!' माणकूर आंब्याच्या राशी ज्याच्यापुढे पडल्या आहेत त्याला शेंदाडाची फोड देण्यात स्वारस्य कसले? दररोज नवनव्या सुंदर स्थळांचे दर्शन घेणाऱ्या माझ्या मित्राला आवडेल असे काही लिहिणे माझ्या आवाक्याबाहेरचे होते! म्हणून तर मी पत्र पाठविले नव्हते. पण माझे पत्र नसल्यामुळे त्याला चुटपुट लागली. प्रवासाच्या आनंदातही- थोडे का होईना- असमाधान उत्पन्न झाले; गॉर्कीच्या 'Her lover' या गोष्टीतील नायिकेला पूर्वी मी हसलो होतो! पण या वेळी त्या गोष्टीचे मर्म मला पूर्णपणे पटले. त्या कथेतील नायिका प्रियकराची पत्रे आपल्याला आली आहेत अशा कल्पनासुखात दंग होते आणि दुसऱ्याकडून त्या काल्पनिक पत्रांची उत्तरे लिहवून घेते. बाळपणी मुली बाहुल्यांना थोपटून आपल्या सुप्त मातृभावनेचे समाधान करतातच की नाही? गॉर्कीच्या गोष्टीतली कुरूप तरुणी तरी दुसरे काय करीत होती? काल्पनिक प्रेमपत्रांनी आपल्या तरुण मनाची तृषा शांत करीत होती.

आणि त्या बिचारीला हसण्याचा माझ्यासारख्या सुखवस्तू मनुष्याला काय अधिकार आहे? एखाद्या दिवशी टपालाने माझ्या नावाचे एकही पत्र आले नसले तरी मीसुद्धा क्षणभर उदासच होत नाही का? जणूकाही माझ्या नावाने पत्र आले नाहीतर मला दुपारी जेवायला मिळणार नाही! आलेल्या पत्रांना उत्तरे घालताना कसे नाकी नऊ येतात! पण हा अनुभव असूनही अमक्याचे पत्र अजून का आले नाही,

ही विवंचना मन करीतच असते. या दृष्टीने पत्रे अपत्यांसारखी असतात. आयुष्यात ती नसली तर मनुष्याला अगदी चुकल्याचुकल्यासारखे होते. असली की त्यांचा व्याप जिवाला पुरे पुरे करून सोडतो!

तसे पाहिले तर, पत्रात लिहिण्यासारखे माझ्या किंवा माझ्यासारख्या मंडळींच्या आयुष्यात काय घडत असते? पण माझ्या आईला आणि बहिणीला लिहिता येत असते व त्यांच्या हातची पत्रं मला नियमाने येत असती, तर माझ्या आठवड्याच्या आनंदात कितीतरी भर पडली असती असे मला नेहमीच वाटते! सुनेने अमक्या महिन्यात सासऱ्याच्या दृष्टीला पडू नये, तमक्या महिन्यात सासूचे तोंड पाहू नये, (हा नियम बाराही महिने असता तर अनेक सुनांना अधिक बरे वाटले असते!) इत्यादी जुन्या कल्पना आजच्या घटकेला तरी मला काव्यमय वाटतात! त्यामुळे प्राचीन काळी पतिपत्नीच्या पत्रव्यवहाराला केवढे प्रोत्साहन मिळत असेल! हो, पण एक गोष्ट विसरतच होतो मी! त्या पुराणकाळी लिहिता येणारी पत्नीच दुर्मीळ होती असे नाही. पोस्टाचे तिकीट तिच्या हाताला लागणे त्याहूनही दुर्मीळ होते!

पत्रे या आपल्या आयुष्यातील तारकाच होत यात शंका नाही. तसे पाहिले तर, तारकांच्या तेजाने पृथ्वी काही प्रकाशित होत नाही, पण भयंकर अंधाराने भिऊन गेलेल्या मनाला त्यांचा केवढा धीर असतो आणि आधार वाटतो! या जगात आपण अगदी एकटे आहोत ही कल्पना मनुष्याच्या गुप्त मनात नेहमी जागृत असते असे मला वाटते. त्या कल्पनेने उत्पन्न होणारा विचित्र अस्वस्थपणा पत्रेच नाहीसा करू शकतात.

गडकऱ्यांच्या काव्यनाटकांतून इतक्या सुंदर कल्पना विखुरल्या आहेत की, उत्कृष्ट म्हणून त्यातील एकाच कल्पनेचा उल्लेख करणे कठीण आहे असेच कुणीही काव्यचर्चाकार म्हणेल. मला मात्र तसे वाटत नाही. नभोमंडळात अगणित तारका चमकत असल्या तरी शुक्राची चांदणी ओळखायला ज्योतिषशास्त्राचे ज्ञान कशाला हवे? प्रेमसंन्यासातला जयंत तुरुंगात लीलाचे एकही शब्द नसलेले अगदी कोरे पत्र वाचीत आहे असा जो प्रसंग आहे, त्याची आठवण इतकी वर्षे तरी मी अजून विसरलो नाही!

जगात माणुसकी नाही असे अनेक उदाहरणे देऊन जेव्हा काही लोक सांगतात, तेव्हा त्यांना कुणी पत्रेच लिहित नसावे अगर पत्रांचा संग्रह न करण्याची विलक्षण चूक त्यांनी केली असावी अशी शंका मला येते. मी जेव्हा जेव्हा जगावर कातावतो, तेव्हा तेव्हा माझ्या जुन्या पत्रांचे संग्रह काढून चाळू लागतो. आपलेपणा, आर्द्रता, सहानुभूती, स्नेह पृथ्वीच्या पोटात कितीही खोल पाणी असले तरी ते बोरिंगच्या यंत्राने वर आणता येते. पत्रेही मनुष्याच्या हृदयभूमीत लपलेले सर्व कोमल भाव असेच प्रगट करतात. परवा मी आजारी असताना मला माझ्या मैत्रिणीने पाठविलेले

हे पत्रच पाहा ना! डॉक्टरच्या इंजेक्शनापेक्षाही अधिक लवकर बरे वाटले मला त्याने. ते पत्र पाहा असे म्हटले मी! पण त्या अशुद्ध पत्राला हसाल तुम्ही कदाचित. तुम्ही काही मित्र नाही तिचे! शिवाय ते पत्र जर जसेच्या तसे मी छापले तर गनिमी काव्याने मी माझी स्तुती लोकांना ऐकवीत आहे असेही मनात यायचे एखाद्याच्या! पण त्यातल्या या दोनच ओळी- 'तुम्ही इथं या. खूप खूप हसू या आपण. हसण्याने निराशेचे सारे वातावरण आपण बदलून टाकू. तुमच्या येण्यानं प्रत्येकाला किती आनंद होतो म्हणून सांगू?' -या ओळी वाचताना प्रकृतीच्या कायमच्या अस्वास्थ्याला कंटाळलेल्या माझ्या मनाचे सांत्वन एक प्रौढ मैत्रीण करीत आहे असे मला वाटलेच नाही मुळी! अगदी निराळे चित्र उभे राहिले माझ्या डोळ्यांपुढे! धावत धावत एक लहान मुलगा जमिनीवर पडतो आणि त्याचा गुडघा फुटतो. आपले रडे बाहेर फुटू नये म्हणून तो अगदी शिकस्त करतो, पण शेवटी शरीराचाच मनावर विजय होतो. मुलगा ओक्साबोक्शी रडू लागताच त्याची बाळमैत्रीण त्याच्याजवळ जाऊन हळूच म्हणते, 'अरे, ते बघ विमान!' तो वर पाहतो. विमान नाहीतरी मैत्रिणीचे प्रेमळ हृदय त्याला दिसते! तिला वाईट वाटू नये म्हणून तो हसतो आणि त्या आनंदात फुटलेल्या गुडघ्याच्या वेदना विसरूनही जातो.

पत्रात प्रगट होणाऱ्या भावापेक्षाही त्यात लपलेले भावच किती मोहक आणि काव्यमय असतात! अत्तराच्या एका थेंबात अनेक फुलांचे सुगंध सर्वस्व साठलेले असते. पत्रातले एकेक वाक्यही असेच असते नाही का? म्हणूनच ती तर अत्तरासारखी जपून ठेवायची!

माझ्या खोलीत व्यवस्थित ठेवलेली काही पुडकी पाहून परवाच एका पाहुण्यांनी मला प्रश्न केला? "ही तुमच्या लेखांची हस्तलिखितं वाटतं?" मी नुसता हसलो. मला माझ्या लेखनाचा फार फार अभिमान वाटत असावा असा त्यांनी त्या हसण्याचा अर्थ केला! ते जरा मिस्कीलपणानेच म्हणाले, "ही पुडकी सोडून तरी बघता का कधी?" मी उत्तर दिले "हो, नेहमी!" त्यांच्या चेहऱ्यावर अर्थातच आश्चर्य दिसू लागले. "यांच्याइतकी सुंदर हस्तलिखिते साऱ्या जगात नसतील कुठंही!" या माझ्या उद्गारांनी तर त्यांच्या आश्चर्याचे रूपांतर प्रच्छन्न तिरस्कारातच झाले. ते मनात म्हणाले असतील, 'आत्मस्तुतीलाही काही मर्यादा आहे की नाही.'

त्यांना अधिक वेळ संशयात ठेवणे इष्ट नव्हते. मी एक पुडके सोडून त्यांच्यापुढे ठेवले. ते जवळजवळ ओरडलेच, "जुनी पत्रं?"

माझ्या संग्रहातल्या या पत्रांना कुणी खुशाल जुनी म्हणो, मला ती नित्य नवीनच वाटतात. काळाच्या कठोर स्पर्शाची भीती फुलांना, हिरेमाणकांना नाही. माझ्या आयुष्यातील कितीतरी अमर क्षणांचे सुंदर पुतळे या पत्रसंग्रहात आहेत. हे माझ्या बाळपणाच्या जिवलग मित्राचे पत्र! आपल्या कर्तबगारीने लक्षाधीश झाला

आहे तो. माझा पत्ता अगत्याने मिळवून त्याने लिहिलेल्या या चार वेड्यावाकड्या ओळीत मूर्तिमंत स्वर्ग अवतरला आहे! ही माझ्या पत्नीची पत्रं! असल्या नसल्या चुका काढकाढून मी थट्टा करीन म्हणून माहेरी गेल्यावर बिचारी दहा-पाच ओळीच लिहायला बसायची! पण शेवटी सुनीताचे रूपांतर खंडकाव्यात व्हायचे काही केल्या चुकत नसे! आणि ही माझ्या अनोळखी मित्रांची पत्रे- यांची माझी तोंडओळखसुद्धा नाही. आगगाडीत एकमेकांशेजारी बसून कदाचित एक शब्दही न बोलता यापैकी कित्येकांबरोबर मी प्रवास केला असेन अगर पुढे करीनही. पण या पत्रांत मानवी हृदयांची केवढी तरी श्रीमंती सहजासहजी प्रगट झाली आहे. हे माझ्या आजोबांचे पत्र! दुसऱ्याकडून लिहवले होते त्यांनी. पण किती जिव्हाळा भरला आहे त्यात. लहानपणी मी अवखळपणाने वागलो म्हणजे ज्या प्रेमळ स्वराने ते मला जवळ बोलावीत आणि ज्या प्रेमळ स्पर्शाने ते माझ्या पाठीवरून हात फिरवीत तो स्वर या टीचभर पत्रात मला ऐकू येत आहे. तो स्पर्शही अंगाला अगदी गुदगुल्या करीत आहे! आता आजोबांचा कुटलेला विडा खायला मिळणार असा भासही हे पत्र पाहता पाहता मला होतो.

पत्रे ही जीवनातील भावगीते आहेत हेच खरे! श्यामकांताचे अखेरचे पत्र वाचून अत्यंत करुणोदात्त मधुर गीत ऐकल्याप्रमाणे आपल्या भावना उचंबळून येत नाहीत का? ज्याला आप्तेष्टांना आणि मित्रमैत्रिणींना पत्रे लिहिण्याचा कंटाळा आला तो म्हातारा झाला असे खुशाल समजावे. लेनिनला मी महापुरुष मानतो याचे कारण त्याने दलितवर्गाचा कैवार घेतला, वरिष्ठ वर्गाने आपल्या मायावी मंत्रांनी दगड बनविलेल्या जनतेतून त्याने देवमाणसे निर्माण केली, हे एकच नाही! दुसरे तितकेच मोठे कारण आहे. कामाच्या चरकात रगडून जात असतानाही मित्रांना पत्र लिहायला तो कधीही चुकत नसे. अशाच एका पत्राच्या वेळी तो गॉर्कीला म्हणाला, "खेडेगावातल्या माझ्या मित्राला हे पत्र लिहितोय मी. त्याला तिथं फार एकटं एकटं वाटतंय- अगदी कंटाळून गेला आहे बिचारा! त्याला बरं कसं वाटेल हे आपण पाहायला नको का?"

लेनिनने लिहिलेले हे पत्र जर मला मिळाले तर कालिदास, शेक्सपिअर, गाल्सवर्दी, इब्सेन, कोल्हटकर, हरिभाऊ, गडकरी इत्यादिकांच्या माझ्या आवडत्या पुस्तकांशेजारी मी ते माझ्या कपाटात ठेवीन. मग ते अवघ्या चार ओळींचे का असेना! आणि हे जर खरे, तर प्रवासातही माझ्या मित्राने माझ्या पत्राची आतुरतेने वाट पाहावी हे स्वाभाविकच नव्हते काय? सृष्टी आणि कला या अमर पुष्पांनी नटलेल्या वेली खऱ्या! पण त्यांनाही जीवनवृक्षाचा आधार हवाच की!

●

अकरा :   दोन मेणबत्त्या

परिचय :

काणेकरांच्या 'दोन मेणबत्त्या' या सुंदर लघुनिबंधाचे रसग्रहण करताना लेखकाला त्या विषयाची आणखी एक बाजू दिसली. तिचे चित्रण या लघुनिबंधात त्याने केले आहे. जी माणसे आपण सामाजिक दृष्टीने निष्क्रिय आणि निरुपयोगी मानतो, ती स्वभावत: तशी नसतात, विषम समाजरचनेमुळे आणि विकासाची संधी न मिळाल्यामुळे ती तशी होतात असे त्याचे म्हणणे आहे.

दोन मेणबत्त्या हा काणेकरांचा लघुनिबंध मी पहिल्यांदा वाचला तेव्हा तो मला फार आवडला होता. परवा विवेचनाच्या निमित्ताने तो पुन्हा वाचला तेव्हाही तो मला तितकाच सरस वाटला. निबंधाचे नावच किती कुतूहलजनक आहे! ते वाचताच वाचकाची कल्पना त्याच्याभोवती पिंगा घालू लागते. त्याच्या मनात येते- काणेकरांनी या दोन मेणबत्त्या कुठे पाहिल्या असतील? आणि एखाद्या सुंदर तत्त्वाचे प्रतिपादन करता यावे असे त्या दृश्यात त्यांना काय दिसले असेल? दोन अंधूक मेणबत्त्याच काय, पण पेट्रोमॅक्सचे पाच-दहा दिवे पाहूनसुद्धा आपल्याला कधी चार ओळी लिहाव्याशा वाटल्या नाहीत! हे लेखक जादूगार असतात हेच खरे! जिथे आपल्याला काही दिसत नाही तिथूनच हे सुंदर नवी सृष्टी निर्माण करतात!

वाचकाच्या कल्पनेचा हा अंदाज 'दोन मेणबत्त्या' या लघुनिबंधात अगदी बरोबर ठरतो. या दोन मेणबत्त्यांच्या प्रकाशात काणेकरांना एका अत्यंत सुंदर सत्याचे दर्शन होते. ते सत्य म्हणजे, 'शेवटच्या घटकेपर्यंत आपण सर्वांनी प्रकाश दिला या सुखदायी तंद्रीत संपणारा आयुष्याचा शेवटचा क्षण हा खरा सुखाचा क्षण!' 'मनुष्याच्या आयुष्यातला अत्यंत सुखाचा क्षण कोणता?' म्हणून प्रश्न विचारणाऱ्या मुलाच्या वहीवर लगेच काणेकर लिहितात, "स्वत:साठी जगलास तर मेलास; दुसऱ्यासाठी जगलास तर जगलास!"

वाचक मनात म्हणतो- काणेकरांनी सांगितलेले तत्त्व मोठे सुंदर आणि स्फूर्तिदायक आहे, पण यात दोन मेणबत्त्यांचा काय संबंध आहे?

इथेच तर लेखकाच्या कलेचे कौशल्य आहे. या तत्त्वाला पोषक असे तीन प्रसंग लेखकाने निर्माण केले आहेत. पहिल्यांदा तो वाचकांना एका श्रीमंत मित्राच्या

घरी घेऊन जातो. तिथला त्याचा अनुभव-

तो घरी नव्हता, त्याची बायको चिंतातुर चेहरा करून बसली होती.

''काय हो, कुठं गेले?'' मी विचारले.

''तो नवीन जर्मन डॉक्टर आला आहे ना, त्याच्याकडे गेलेत. मीच जा म्हणून आग्रह करून पाठवलं त्यांना.'' ती म्हणाली.

''म्हणजे? झालं काय?'' मी म्हणालो.

''अहो काय नि काय! त्यांच्यामागली एक काळजी जाते तर दुसरी लागते! खडकीच्या बंगल्याची राखण करायला पठाण ठेवला; तो पठाणच चोरी करून पळाला, ते तुम्हाला माहीतच आहे! ती भानगड संपली नाही तो आता इन्कम टॅक्सची केस उभी राहिली आहे! त्यांना अलीकडे झोपसुद्धा कशी ती लागत नाही. अन्नपाण्यावर तर वांछाच नाही. तेव्हा मी म्हटलं, निदान त्या नवीन डॉक्टरांच्या औषधानं तरी जरा बरं वाटेल.''

''अस्सं होय?'' मी म्हणालो.

या श्रीमंत मित्राच्या बायकोचा निरोप घेऊन लेखक परत येण्याकरिता आगगाडीत बसतो. तिथे-

मजूर चळवळीत काम करणारा माझा एक जुना मित्र डब्यात भेटला. खूप आनंदात होता तो. आपलं काम कसं शिस्तीत चाललं आहे आणि चळवळीला कसा जोर चढतो आहे याची रसभरित वर्णनं तो करीत असता त्याच्या डोळ्यांत विलक्षण चमक दिसत होती. त्याचे डोळे खोल गेले होते आणि त्याची दाढीही बोटभर वाढली होती.

''तुझे डोळे किती खोल गेलेत!'' मी म्हणालो, ''काय झालंय रे तुला?''

''हट्'', तो उद्गारला, ''मला काय झालंय! मी चांगला मजेत आहे. डोळे खोल गेले आहेत की वर आले आहेत हे माहीत नाही. गेल्या पंधरा दिवसांत आरशात तोंड पाहायला मला वेळच झाला नाही. आता दाढीविषयी म्हणशील तर दाढी करायला सध्या आपल्या खिशात पैसे नाहीत बुवा!''

इतक्यात परळ स्टेशन आले आणि माझ्याशी हस्तांदोलन करून मोठ्या चैनीत शीळ घालीत तो निघून गेला.

ही दोन परस्परविरोधी चित्रे पाहून लेखकाप्रमाणे वाचकाच्याही मनात खळबळ उडते. मनुष्याच्या सुखाच्या कल्पना किती भिन्न असतात याविषयी तोही विचार करू लागतो.

मनात असले विचार घोळत असतानाच लेखक रात्री वाचायला बसतो. मेणबत्तीच्या थंड प्रकाशात वाचत बसण्याची आवड असल्यामुळे तो खुर्चीवर उभा राहून फळीवरल्या मेणबत्त्या शोधू लागतो. तिथे त्याला काय दिसते?

'एक मेणबत्ती सबंध जळून गेलेली होती. मेणबत्ती अशी क्वचित जळते. तिचे अस्तित्व दाखविण्यापुरता फक्त पैशाएवढा मेणाचा अवशेष शिल्लक होता. दुसरी मेणबत्ती कित्येक दिवस फळीवर धूळ खात पडल्यामुळे मुंग्या-झुरळांनी ती सबंध कुरतडून अजिबात निरुपयोगी केली होती. तशा स्थितीत पडलेल्या त्या दोन मेणबत्त्या पाहून का कुणास ठाऊक, मला थोडेसे हसू आले आणि दुसऱ्याच क्षणी एक चमत्कारिक विचार माझ्या डोक्यात आला. ज्या दोन माणसांचा मी विचार करीत होतो ती दोन माणसे या दोन मेणबत्त्यांसारखी आहेत! आपला जीव निर्धोक ठेवण्यात, स्वत:च्या सुखाची राखण करण्यात गुंतून पडलेल्या एकाचे आयुष्य कुरतडले जात आहे आणि इतरांना मंद सुखकर प्रकाश देत दुसऱ्याची जीवनज्योत जळत चालली आहे.

'समजा, त्या मेणबत्त्यांना जीव असता तर आपला कोणाला कसलाच उपयोग झाला नाही - आपले आयुष्य कुजून गेले हा दु:खमय विचार मरता मरता एकीच्या मनात आला असेल आणि आपल्या जीवनाचे सार्थक झाले- शेवटच्या घटकेपर्यंत आपण सर्वांना प्रकाश दिला या सुखदायी तंद्रीत त्या दुसरीच्या आयुष्यातला शेवटचा क्षण संपला असेल!'

दोन मित्र आणि दोन मेणबत्त्या! जीवनाची दोन विरोधी चित्रे डोळ्यांपुढे मूर्तिमंत उभी करून किती थोडक्यात काणेकरांनी एक सुंदर तत्त्व सिद्ध केले आहे!

'दोन मेणबत्त्या' या लघुनिबंधाचे रसग्रहण करणारे भाषण लिहून संपविताना नेमका हाच विचार माझ्या मनात येऊन गेला.

पण त्या दिवशी रात्री झोपल्यावर मला एक स्वप्न पडले- त्या स्वप्नात एक कुरतडलेली मेणबत्ती माझ्या डोळ्यांपुढे नाचू लागली. ती आतल्या आत जळत होती हे स्पष्ट दिसत होते.

मी तिला प्रश्न केला - "कोण आहेस तू?"

"मी? मी भूत आहे!"

"भूत?"

"हो भूत! त्या पहिल्या मेणबत्तीचं भूत! त्या काणेकरानं नि तू आपल्या लेखात जिची भरपूर निंदा केली आहे ती मेणबत्ती आहे मी!"

भुताखेतांवर माझा विश्वास नाही, पण त्या विद्रूप मेणबत्तीचे हे विचित्र शब्द ऐकून मी मनात दचकल्यावाचून राहिलो नाही.

ती मेणबत्ती किंचाळली, "त्या काणेकराच्या दोन मेणबत्त्यांवर लेख लिहिलायस ना तू? फाडून टाक तो! मीच तो जाळून टाकला असता, पण काय करू! आत नुसती आग पेटली आहे, पण तिला बाहेर पडायला जागाच नाही! ही आग बाहेर पडली असती तर सर्वांना प्रकाश देणारी मेणबत्ती, जगाला मार्ग दाखविणारी

मेणबत्ती म्हणून तूच माझी स्तुती केली असतीस!''

तिला काय म्हणायचे आहे हे मला नीट कळेना, पण तिच्या बोलण्यात काहीतरी खोल अर्थ भरला आहे असा मात्र मला भास झाला. मी मृदू स्वराने म्हटले,

''तुला काय सांगायचं ते मोकळेपणाने मला सांग.''

''तुम्ही लेखक मोठे लबाड असता एवढंच मला सांगायचंय! तुम्हाला सौंदर्याचा मोह पडतो नि स्वत:च्या दुबळेपणावर पांघरूण घालण्याकरिता सौंदर्य म्हणजे सत्य असं तुम्ही जगाला ओरडून सांगायला लागता!''

ती कुरतडलेली मेणबत्ती एखाद्या चवताळलेल्या विदुषीसारखी बोलायला लागली होती. सत्य आणि सौंदर्य ही भिन्न नाहीत हे कीट्सचे वचन तिच्या तोंडावर फेकून ते बंद करावे असा विचार माझ्या मनात आला. पण तो मनातल्या मनातच ठेवावा लागला. लेखक लबाड असतात असे ती नुकतेच म्हणाली होती. मी कीट्सचे नाव पुढे केले असते तर 'कवी लेखकांपेक्षा लबाड असतात!' असला सिद्धान्त मला सुनवायला काही तिने कमी केले नसते.

मी काहीच बोलत नाही असे पाहून ती म्हणाली, ''त्या दोन मेणबत्त्यांपैकी दुसरीविषयी तुला काय वाटतं?''

''आदर!''

''आणि पहिलीविषयी!''

''कीव!'' मी चाचरत उत्तर दिले.

''असं का?''

''वा! छान प्रश्न आहे हा! त्या दुसऱ्या मेणबत्तीनं सतीप्रमाणं स्वत:ला जाळून घेतलं, दुसऱ्याकरिता आपल्या आयुष्याचा होम केला! उलट ती पहिली-''

''म्हणजे मी-''

आता स्पष्टपणे बोलल्याशिवाय गत्यंतरच नव्हते. मी शक्य तितक्या कठोर स्वराने त्या मेणबत्तीला म्हटलं —

''तू फळीवर स्वस्थ पडून राहिलीस. तुझ्यासारख्या स्वार्थी, अप्पलपोट्या, निरुपयोगी माणसाचा जगाला काय उपयोग आहे!''

ती शांतपणे उत्तरली,

''जगाला माझा काही उपयोग झाला नाही हे मी कबूल करते. माझ्या प्रकाशात एखाद्या कवीने सुंदर कविता लिहिली असती, एखाद्या दु:खी वाचकाला चांगलंसं पुस्तक वाचून विरंगुळा मिळाला असता, एखाद्या आईनं आपल्या तान्हुल्याकडे पाहून संकटांशी झगडण्याकरिता लागणारं बळ मिळवलं असतं, निदान पायरीवर ठेचाळणाऱ्या एखाद्या मनुष्याला माझ्या जळणाऱ्या शरीरानं सुरक्षित राखलं असतं

तर ते मला नको का होतं?''

तिचे हे व्याख्यान ऐकून मी सर्दच झालो.

ती पुढे म्हणाली-

''तुझा तो लेखक म्हणतो त्या मेणबत्त्यांना जीव असता तर आपला कुणाला कसलाच उपयोग झाला नाही, आपले आयुष्य कुजून गेले, हा दुःखमय विचार मरता मरता एकीच्या मनात आला असेल! त्याला सांग, आपलं आयुष्य फुकट गेलं याची त्या मेणबत्तीला फार फार खंत वाटते, पण तिच्या आयुष्याचा सत्यानाश कुणी केला हे त्याला कळलं तर-''

मी त्या विद्रूप मेणबत्तीकडे आश्चर्याने पाहू लागलो. तिच्या डोळ्यांत विलक्षण तेज चमकत आहे असा भास मला झाला.

विकट हास्य करीत ती मेणबत्ती म्हणाली, ''माझं आयुष्य फुकट गेलं, मुंग्याझुरळांनी कुरतडून कुरतडून मला निरुपयोगी करून टाकलं हे खरं! पण त्याची सारी जबाबदारी माझ्या मालकावर, तुझ्या त्या आवडत्या लेखकावर आहे!''

''म्हणजे?''

''म्हणजे काय! त्यानं फळीतल्या अडगळीत कुठंतरी मला टाकून दिलं, एक दिवससुद्धा माझी चौकशी केली नाही, फळीवर मुंग्या आणि झुरळं आहेत हे ठाऊक असूनही त्यानं माझ्याकडे ढुंकून पाहिलं नाही! माझ्या जागी ती दुसरी मेणबत्ती असती तर तिचीसुद्धा हीच दशा झाली असती! पण हे तुमच्यासारख्या लेखकांच्या लक्षात कधीच यायचं नाही! तुम्ही प्रकाश देत देत जळून जाणाऱ्या मेणबत्तीची स्तुती करणार नि जिला प्रकाश देता आला नाही तिची निंदा करीत सुटणार, पण एकीला लाभलेली संधी दुसरीला मिळाल्याशिवाय-''

माझ्यासमोर दिसणारी ती मेणबत्ती एकदम अदृश्य झाली!

मी जागा होऊन विचार करू लागलो.

गडकऱ्यांची 'एखाद्याचे नशीब' ही कविता मला आठवली. काही फुले केशकलापाची शोभा वाढवितात; काही प्रेतांवर वाहिली जातात. त्यापैकी पहिली चांगली आणि दुसरी वाईट असतात असे थोडेच आहे?

अस्वस्थ मनाने मी अंथरुणावरून उठून बाहेर अंगणात येरझारा घालू लागलो. डोळ्यात बोट घातले तरी दिसणार नाही असा काळोख सर्वत्र पसरला होता. माझ्या मनात आले- असल्या काळोख्या रात्री चोरांना फार उपयोगी!

पण लगेच दुसऱ्या विचाराने माझ्या मनाचा अस्वस्थपण वाढविला. चोर होण्याची हौस का असते कुणाला?

लहान मुलांच्या हौशी अति विचित्र असतात. 'तू कोण होणार?' म्हणून विचारले तर लेखकाचा मुलगा, 'मी ड्रायव्हर होणार' म्हणून सांगेल नि कॉलेजच्या

प्रिन्सिपॉलची मुलगी, 'मी पोलीस होणार' असे उत्तर देईल. गिरणीतल्या मजुरांच्या मुलांना हा प्रश्न विचारला तर, 'आम्ही मालक होणार' असेही उत्तर कदाचित मिळेल. पण 'मी चोर होणार', असे एकही मूल म्हणणार नाही!

असे असून समाजात मात्र चोरांचा सुळसुळाट झालेला आढळतो. याची जबाबदारी- कुरतडून फुकट गेलेल्या त्या पहिल्या मेणबत्तीची जबाबदारी जशी तिच्यावर नाही, तशी समाजात होणाऱ्या चोऱ्यांची जबाबदारी चोरांवर नाही, ती गरिबांना प्रामाणिकपणाने जगणे अशक्य करणाऱ्या समाजरचनेवर आहे! चोरांना चोरी करायला लावणारे सावच त्यांच्यापेक्षा अधिक गुन्हेगार आहेत.

मी वर पाहिले. काळोखात चमकणाऱ्या चांदण्या म्हणत होत्या, ''मेणबत्त्यांप्रमाणं माणसं काही निर्जीव नसतात! आज ना उद्या ती या विषम समाजरचनेविरुद्ध बंड उभारल्याशिवाय राहणार नाहीत!''

माझ्या मनात आले- काणेकरांचा 'दोन मेणबत्त्या' हा लघुनिबंध सुंदर आहे, पण या विषयावर लिहायची मला इच्छा झाली तर, त्या दुसऱ्या मेणबत्तीच्या प्रकाशात फळीवर कुरतडली जाणारी मेणबत्ती लेखकाला दिसते असे मी दाखवीन. इतकेच नाहीतर त्या जळणाऱ्या मेणबत्तीच्या ज्योतीने तीही जळू लागते- प्रकाश देऊ लागते, असे चित्र मी काढीन.

नुसता कल्पनेचा खेळ नाही हा! काणेकरांच्या लघुनिबंधातला त्यांचा श्रीमंत मित्र त्या दाढी वाढलेल्या दुसऱ्या मित्राला भेटला असता तर त्याच्या अंतःकरणात कसलाच प्रकाश पडला नसता असे कोण म्हणेल!

बारा : अर्पणपत्रिका

परिचय :

एखाद्या लेखकाच्या व्यक्तित्वाची खरीखुरी कल्पना यायला त्याच्या आत्मचरित्रापेक्षा त्याच्या अर्पणपत्रिकाच वाचाव्यात असे कुणी म्हटले तर प्रथमदर्शनी तो विनोद वाटेल. पण या सूचनेत थट्टेपेक्षा सत्याचाच अंश अधिक आहे. गडकरी अतिशय भावनाप्रधान होते हे शिवाजी महाराजांच्या इमानी कुत्र्याला राजसंन्यास अर्पण करताना त्यांनी काढलेल्या उद्‌गारांवरूनच सिद्ध होते. त्याकरिता त्यांच्या नाटकातल्या विलक्षण करुण अशा प्रवेशाची साक्ष काढण्याची मुळीच आवश्यकता नाही. जेरोम के जेरोम या इंग्रजी लेखकाच्या विनोदी वृत्तीची कल्पना येण्याकरिता त्याचे 'रिकामटेकड्याचे स्वैर विचार' (Idle thoughts of an idle fellow) हे सबंध पुस्तक वाचायला हवे असे नाही. त्या पुस्तकाच्या अर्पणपत्रिकेत आपल्या सर्वांत जुन्या आणि धडधाकट चिलमीचे त्याने जे मजेदार वर्णन केले आहे ते वाचताच जेरोमच्या अंतरंगात आपण प्रवेश केला आहे असा वाचकाला भास होतो.

माझे एखादे नवे पुस्तक छापखान्याकडे गेले की, ते कुणाला अर्पण करावे या गोड कल्पनातरंगात मी गुंगत राहतो. लग्नपत्रिकेप्रमाणे अर्पणपत्रिका हा सहज थट्टेचा विषय होऊ शकतो हे मला कळते. कुत्र्यांचा अथवा घोड्यांचा शोक असलेल्या संस्थानिकाला उद्देशून 'यांच्या ठायीची अपूर्व रसिकता पाहून हे पुस्तक अत्यंत आदराने अर्पण केले आहे' असे जेव्हा एखादा ग्रंथकार म्हणतो, तेव्हा वाचकांनी हसू नये तर काय करावे? तसे पाहिले तर, पेढेबर्फी तयार करणाऱ्या कारखानदाराला एखाद्याने आपले पुस्तक- मग ते खव्यावरले नसेना का- अर्पण करण्यात गैर असे काही नाही, पण तसली एक अर्पणपत्रिका वाचून मला स्वत:लाच हसू कोसळले होते. अर्पणपत्रिकेत नाव नमूद करणे आवश्यक असले तरी धंद्याचा उल्लेख कशाला हवा? आणि तो करायचा म्हटले तर वय, वंशवृक्ष, बायकांची संख्या, मुलांची नावे, इत्यादी गोष्टींचा तरी उल्लेख का करू नये? पण भावनेच्या भरात म्हणा वा मुत्सद्देगिरीमुळे म्हणा, अर्पणपत्रिकांत असल्या गमती प्रवेश करतात हे मात्र खरे. कुणीही कुणाला पुस्तक अर्पण करतो ते प्रेमानेच असले पाहिजे. पण वाचकांना कदाचित हे कळणार नाही म्हणून की काय, अनेक ग्रंथकार

(त्यात मीही आहेच) आपल्या प्रेमाचा उल्लेख करतात! यातही सप्रेम, प्रीतिपूर्वक वगैरे सूक्ष्म भेद आहेतच! एका धोंड्याने अनेक पक्षी मारण्याची युक्तीही कित्येक अर्पणपत्रिकांत आढळते. 'मानसमंदिरातल्या देवतेच्या चरणी' ही अर्पणपत्रिका याच मासल्याची नाही का? इसापनीतीतल्या दोन बायकांच्या दादल्याने एखादी अंकलिपी लिहून ती '-स' अर्पण केली असती तर मला वाटते त्याच्या डोक्याचे इतक्या लवकर टक्कल झाले नसते! प्रत्येक बायकोला एकांतात ''हा ग्रंथराज मी तुलाच अर्पण केला आहे'' असे सांगून तो दोघींनाही दीर्घकाळ झुलवू शकला असता. दोघींनाच का, तीनशे बायकांचा जनानखाना असता तर या 'स'च्या तोडग्यामुळे डोक्यावरच्या केसालाही धक्का लागला नसता.

''अर्पणपत्रिका म्हणजे एक प्रकारचे प्रदर्शन आहे, पण प्रेम ही काही प्रदर्शनात ठेवण्याची वस्तू नाही'' हा अथवा असेच दुसरे आक्षेप घेणारांची भूमिका मात्र मला मान्य नाही. शहाजहानने मुमताजवर प्रेमरसाचा जो वर्षाव केला असेल तो मदनाचा प्रिय मित्र असलेल्या चंद्रालासुद्धा कळला नसेल आणि राजवाड्याच्या भिंतीला कान असूनही त्यांचे प्रेमालाप ऐकायला मिळाले नसतील! पण या मूक प्रेमाचे स्मारक करण्याच्या वेळी ते अत्यंत रमणीय व दर्शनीय व्हावे अशी दक्षता त्या रसिक बादशहाने घेतलीच की नाही? अर्पणपत्रिका म्हणजे तरी काय? ते प्रेमाचे स्मारकच असते.

स्मारक शब्दात एक प्रकारचे कारुण्य आहे हे काही खोटे नाही. मनुष्य आपल्याला सोडून गेला की, त्याची आठवण काळाच्या प्रचंड पावलांनी उडणाऱ्या धुळीने बुजून जाऊ नये म्हणून आपण स्मारके करतो. मग आपल्या आयुष्यात हसतमुखाने संचार करणाऱ्या आणि त्याला उजाळा देणाऱ्या व्यक्तींना पुस्तके अर्पण करणे म्हणजे त्यांचे व आपले प्रेम संपुष्टात आल्याचा उघडउघड कबुली-जबाबच नाही का? या प्रश्नाचे सविस्तर उत्तर न देता मी एवढेच म्हणेन, ''मानवी मन चंचल आहे- विसराळू आहे- कृतघ्न आहे!'' अर्पणपत्रिकेला एवढे महत्त्व आले आहे ते यामुळेच!

लहानपणापासून आपल्या आयुष्यात आलेल्या आणि आपणाला सुख देऊन मुकाट्याने निघून गेलेल्या व्यक्तींची नोंद आपल्यापाशी कुठे असते? मनाला सुवर्णाक्षरांनी कधी काही लिहिताच येत नाही! त्याचा सारा कारभार धुळाक्षरांतला! एक पावसाळा उलटला की, गेली मागची अक्षरे धुऊन! कित्येक वेळा काही विशिष्ट माणसावाचून जगणे अशक्य आहे असे आपणाला वाटू लागते, पण थोडासा काळ लोटला की, आपण त्या माणसांना पूर्णपणे विसरून जातो. काळ मनाच्या जखमा बऱ्या करतो म्हणतात! पण मला वाटते, मनात फुललेल्या कोमल भावनांचा फुलोराही तोच कोळपवून टाकतो. मोठेपणी लहानसहान कारणासाठी

आईच्या अंगावर धावून जाणाऱ्या मुलाला लहान असताना आकाशातला गडगडाट ऐकून आपण कसे भ्यालो होतो, आईला घट्ट मिठी मारून तो बंद करण्याविषयी आपण बोबड्या बोलांनी तिला कसे सांगितले होते आणि तिने पोटाशी घट्ट धरल्यामुळे आपली भीती कशी नाहीशी झाली होती, या गोष्टींचे जर ऐन तारुण्यात स्मरण होईल- पण तसे कुठले व्हायला? मनाच्या चाळणीतून कृतज्ञतेचा सुवास केव्हाच निघून जातो! दुःखाचे वेडेवाकडे काटे मात्र तिच्यात अडकून राहतात.

मुलामुलींना, 'बरे सत्य बोला यथातथ्य चाला' या थाटाचा उपदेश मी केव्हाच करीत नाही. मी त्यांना फक्त एक गोष्ट सांगतो. त्यांनी डायरीप्रमाणे एक छोटे पुस्तक ठेवावे. या पुस्तकात आपण अनुभवलेल्या प्रत्येक प्रेमळ प्रसंगाची नोंद करायला त्यांनी विसरू नये. मग त्या प्रेमाचे स्वरूप कितीका लहान असेना! पुढे जगाच्या कटू अनुभवाने तोंड वेडेवाकडे करण्याची पाळी येते त्या वेळी हा जुना मध फार उपयोगी पडतो. व्यवहाराच्या आचीने भावना सुकू लागतात, तेव्हा त्यांना असल्या प्रेमळ स्मृतीच ओलावा देऊ लागतात. एकेकाळी माझा जीवश्चकंठश्च असलेला एक मित्र अलीकडे संधी सापडेल तेव्हा माझी निंदा करितो असे मी ऐकिले. अर्थात त्याच्याबद्दल वाईट बोलण्याचा मोह मलाही अनावर झाला, पण आयुष्यातल्या एका अत्यंत निराशेच्या प्रसंगी वडीलभावाप्रमाणे माझ्या पाठीवरून हात फिरवून, "वेडा आहेस तू! हत्ती गेला आणि शेपूट राहिलंय! त्यांचं कसलं आलं एवढं भय?" या शब्दांनी त्याने मला जो धीर दिला होता, तो मी अजून विसरलो नाही. प्रतिक्रिया म्हणून त्याच्याविरुद्ध बोलण्याची इच्छा उत्पन्न झाली, तेव्हा माझ्या मनाने नेमका हा प्रसंग पुढे केला. लगेच माझ्या तोंडाला कुलूप पडले.

सुवासाप्रमाणे वाऱ्यावर उडून जाणाऱ्या कृतज्ञतेला शब्दांच्या बंधनात अत्तराप्रमाणे कोंडून ठेवण्याचा प्रयत्न म्हणजे अर्पणपत्रिका! मनुष्य इतर सर्व गोष्टी विसरेल, पण अहंभावामुळे आपल्या पुस्तकांचा विसर त्याला कधीच पडणार नाही. शुक्राचार्यांच्या पोटात शिरून कचाने जशी संजीवनी विद्या संपादन केली, तशा अर्पणपत्रिकाही लेखकाच्या पुस्तकांत प्रवेश करून त्यांच्या विस्मृतीवर म्हणा वा कृतज्ञतेच्या अभावावर म्हणा विजय मिळवितात.

पुस्तक बहुधा अर्पण केले जाते एकाच व्यक्तीला. पण प्रत्येक वेळी ते कुणाला अर्पण करावे हे गोड कोडे सोडविताना मी माझ्या गत आयुष्याचा बारकाईने आढावा घेऊ लागतो. जमेच्या बाजूला असलेल्या युवकांचे बंधुप्रेम, केवळ योगायोगाने लाभलेले भगिनीप्रेम, फार काय विषमाने बेशुद्ध असलेल्या स्थितीत, 'आई आली का?' या प्रश्नामागोमाग, 'मास्तर आले का?' या प्रश्नात व्यक्त झालेले शिष्यप्रेम, प्रेमाची इतकी विविध व विलक्षण स्वरूपे अशा वेळी मला प्रतीत होतात की, आयुष्याच्या प्रवासात पायात रुतलेल्या काट्यांचा हा हा म्हणता विसर पडतो.

सुगंधमय अशा नवीनच सृष्टीत आपण प्रवेश केला आहे असा भास होतो. मनुष्याच्या अंत:करणाच्या श्रेष्ठपणावरील श्रद्धा द्विगुणित होते आणि असे वाटू लागते की, कितीही पुस्तके लिहिली तरी ती कुणाला अर्पण करावी या विवंचनेत मला कधीच पडावे लागणार नाही! या लांबलचक यादीत माझी बर्फासारखी पांढरीशुभ्र मांजरी सुली तर आहेच! पण माझ्या घरासमोरच्या टेकडीवरील एक खडकसुद्धा आहे हं! जेरोम के जेरोमने चिलमीलाच नाही का आपले एक पुस्तक अर्पण केले?

तेरा : सुखाचा शोध

परिचय :

मनुष्यमात्राची सारी धडपड सुखासाठी चाललेली असते. पण ज्या सुखासाठी तो जिवाचा आटापिटा करतो त्याच्या स्वरूपाची मात्र त्याला मुळीच कल्पना असत नाही. त्यामुळे पुष्कळदा सुख त्याच्या अगदी जवळ हसत उभे राहिलेले असूनही दुर्मुखलेल्या चेहऱ्याने दूर क्षितिजावर त्याची सोनेरी पावले पुसट तरी दिसतील या आशेने तो तिष्ठत उभा राहिलेला असतो. सामान्य मनुष्याच्या या सुखाविषयीच्या अज्ञानामुळे जगात सुख थोडे आणि दुःख फार या भ्रामक तत्त्वज्ञानाचा सर्रास प्रसार झाला आहे. पण अंतर्मुख होऊन जीवनाकडे पाहणाराच्या लगेच लक्षात येते की, या अरण्यात जसे काटे आहेत तशी फुलेही आहेत. या लघुनिबंधात हाच विचार लेखकाने प्रामुख्याने मांडला आहे.

माझ्या लहानपणी 'सुखाचा शोध' ही लेखमाला एका लोकप्रिय मासिकात प्रसिद्ध होत असे. ती विद्वत्तापूर्ण असेलही, पण मी तिच्यातली एक ओळही वाचली नसल्यामुळे तो शोध शेवटी लागला की नाही त्या वेळी मला कळले नाही. मात्र गोष्ट वाचण्याकरिता त्या मासिकाची पाने चाळताना जेव्हा जेव्हा ही लेखमाला माझ्या वाटेत येई, तेव्हा तेव्हा माझे बालमन हसल्याशिवाय राहत नसे. ते हास्य म्हणजे कूटप्रश्नच होता एक! 'सुख म्हणजे अमेरिका, ग्रामोफोन, मोटार यांच्यासारखी शोधून काढायची गोष्ट आहे का?' असेच जणूकाही ते मूकपणाने विचारी. सुखाचा शोध अजून लागायचा आहे, म्हणजे जग आतापर्यंत दुःखातच होते म्हणायचे तर, असाही विचित्र विचार त्या वेळी माझ्या मनात क्षणभर भिरभिरून जाई.

पण तेव्हा जग पूर्णपणे दुःखात असल्याचे कोणतेच चिन्ह माझ्याभोवती मला दिसत नसे. नदीवर मुलांप्रमाणे मोठी माणसेही मुटके टाकून घाटावरील मंडळींच्या अंगावर पाणी उडवीत, चार-चार मैलांवर असलेला क्रिकेटचा सामना पाहण्याकरिता बाळगोपाळांचे थवे भर उन्हातून जात आणि उन्हातच बसत, दंडधारी आणि मानापमान ही नाटके पाहण्याकरिता व्यापाऱ्यांपासून डॉक्टरांपर्यंत सर्वांत अहमहमिका चाले, रंगपंचमीच्या दिवशी धडधाकट सदरा घालून घराबाहेर पडायची सोयच नसे आणि गावाबाहेर फिरायला जाऊन शेतातल्या भुईमुगाच्या ओल्या शेंगा खात

बसण्यातली गोडी काही थोड्याथोडक्या मंडळींना ठाऊक नव्हती! माझ्या त्या चिमण्या जगात दु:ख औषधालाही नव्हते असे मात्र नाही. आईपासून तालीम-मास्तरापर्यंत अनेक लोक माझ्या सुखाचा वारंवार विरस करीत असत. पण सुखाचा मुद्दाम शोध करण्याइतके ते जगात दुर्मीळ नाही अशी माझी त्या वेळी खात्री होती.

बाळपणाचे धुके विरून जाऊन जगाच्या सत्यस्वरूपावर अनुभवाचा पूर्ण प्रकाश आता पडला असला तरी अजूनही मला तसेच वाटते. सुख हे परिसाप्रमाणे आहे, अशी त्याचा शोध करीत बसणारांची समजूत आहे की काय कुणाला ठाऊक! तेवढा परीस पैदा केला की, आपल्या लोहाराच्या दुकानाचे क्षणात कुबेराच्या अलकेत रूपांतर होईल असे या शोधकांपैकी प्रत्येकाला वाटत असावे! पण जगात परीस आहे या गोष्टीवर विश्वासच नाही माझा! या पृथ्वीच्या पाठीवरील सोने नेहमी धुळीतच सापडते! ज्यांना सुवर्णकण हवे असतील त्यांनी सोन्याच्या खाणीतील धूळच शोधली पाहिजे. सुखही तसेच आहे. आपल्या जागेपणीच्याच नव्हे तर स्वप्नांतील लहानसहान अनुभवांतूनही ते ओसंडून वाहत असते. आपण राजे झाल्याची अथवा एखाद्या अप्सरेने आपल्याला माळ घातल्याची स्वप्ने मधूनमधून पडतात त्याविषयी मी बोलत नाही, पण ज्या स्वप्नांत आपला एखाद्या पर्वतशिखरावरून कडेलोट केला जातो, विमानातून चंद्राला हात लावता लावताच आपण खाली कोसळून पडतो किंवा एखाद्या अजगराने आपल्याला गिळल्यामुळे आपण त्याच्या पोटात प्राणांतिक धडपड करू लागतो, ती स्वप्नेसुद्धा एक प्रकारचे सुखच देतात. हे सर्व खोटे आहे अशी खात्री ज्या क्षणी होते तो क्षण किती आनंदाचा असतो! जणूकाही आपला पुनर्जन्म झाला आहे असे त्या वेळी आपल्याला वाटते.

जागेपणी तर आनंद आपल्याभोवती पदोपदी गोकुळातल्या श्यामसुंदराप्रमाणे मुरलीचे मंजूळ सूर काढीत विविध रूपांनी नाचत असतो. सकाळच्या चहाचा पहिला घोट, पोस्टातून आलेले चारच ओळींचे पत्र, दुपारी कामाने आणि घामाने कंटाळून गेल्यावर आलेली वाऱ्याची झुळूक, वाटेने जाता जाता तारेवर दिसणारी चिमणी पाखरे, गवताच्या इवल्याशा काडीवर डुलणारी चिमणी चिमणी फुले, मनातल्या मनात घोळत असलेला 'अंतरिचा ज्ञानदिवा मालवू नको रे' अथवा 'रुणुझुणु ये रुणुझुणु ये झणकारित वाळा' असला गोड चरण, देवळात कुणीतरी वाजविलेल्या घंटेचा वायुलहरीवरून नाचत येणारा मंजूळ नाद, समुद्राच्या वाळूचा लुसलुशीतपणा, लाटांचा पाठशिवणीचा खेळ, चंद्राचा ढगात चाललेला लपंडाव-ही यादी कधीच संपणार नाही.

हे सुखाचे क्षण धनिकांना आपल्या तिजोऱ्यांत अडकवून ठेवता येत नाहीत आणि सत्तेला संगिनीच्या पहाऱ्यात त्यांना बंदिवानही करता येत नाही. ते प्रत्येकाचे आहेत. समाजधर्म माणसापेक्षा निसर्गालाच सहज समजतो यात शंका नाही.

केवळ घराच्या चार भिंतींच्या आत सुखाच्या केवढ्या खाणी असतात याची तरी सुखाचा शोध करीत भटकणाऱ्या या लोकांना कुठे कल्पना असते? ते अमृताकरिता स्वर्ग धुंडाळायला जातील, पण खरे अमृतघट तर त्यांच्या घरीच असतात. बोरकरांनी या छांदिष्ट लोकांना विचारलेला प्रश्न किती मार्मिक आहे-

अमृतघट भरले तुझ्या घरी
का वणवण फिरसी बाजारी?
मोत्या इवला मनी सानुली
कुशीत कवळुनि त्यांना बसली
प्रेम किति तव राजसबाळी
हे बघुनि कधी रमलास उरी?
वडील वाचिति गाथा पोथी
काल तिथे तू क्रमिलास किती?
किंवा आई वळिते वाती
बदलास तिजशि कधि ऊरभरी?
पाडस घरचे कितिदा आले
गळा करुनि वर तुला बिलगले
गोंजारुनि त्या कधि खाजविले
कधि दले दिलिस त्या घासभरी?

जाईजुईच्या फुलांप्रमाणे हे प्रेमळ क्षण मनुष्याला फार लहान- कित्येकदा अगदी क्षुद्र- वाटतात. पण Trifles make perfection and perfection is no trifle (पूर्णतः म्हणजे अनेक अपूर्ण गोष्टींचे संमेलन) ही उक्ती सुखाइतकी दुसऱ्या कशालाच लागू पडणार नाही. क्षणाक्षणाने विद्या आणि कणाकणाने द्रव्य संपादन करावे, असे एक संस्कृत सुभाषित आहे ना? सुखात विद्येचा विकास आणि लक्ष्मीचा विलास यांचा संगम होत असल्यामुळे क्षणांप्रमाणे कणांनीही ते वाढत असते.

पण नेमके हेच आपल्याला अनेकदा कळत नाही. मनुष्य हा मनुष्याचा शत्रू आहे, असे वर्डस्वर्थ म्हणतो! पण त्यापेक्षाही एक कटू सत्य आहे. मनुष्याचा सर्वांत मोठा शत्रू तो स्वतःच आहे. गीतेच्या दृष्टीने नव्हे तर अगदी व्यवहाराच्या दृष्टीने. सुखी होण्याकरिता मनुष्य सदान्कदा दुःखी होत असतो. लहानपणी पाळण्यावर टांगलेल्या सुंदर चिमण्या सोडून तो चांदोबाचा हट्ट धरील, तरुणपणी गृहाचे नंदनवन करणाऱ्या पत्नीकडे पाठ फिरवून तो ताऱ्यावरच्या एखाद्या अप्सरेच्या मागे धावेल आणि म्हातारपणी जगाबरोबर धावता येत नाही म्हणून वाटेतल्या

दगडावर टाचा घाशीत बसेल! इसापनीतीतील सांबराच्या सुंदर शिंगांनीच त्याचा घात केला. मागू ती गोष्ट आपल्याला मिळाली पाहिजे हा अहंकारच मनुष्याच्या सुखाचा सत्यानाश करतो! त्याला जग हवे असते, पण ते स्वतःच्या सुखाकरिता! जगाच्या सुखाचा ओझरता विचारही त्याच्या मनाला कधी शिवत नाही.

रवींद्रांची 'देणगी' या नावाची एक रूपककथा आहे. सुवर्णरथात बसून राजाधिराज येत आहेत असे ऐकताच भिक्षेने भरलेली आपली झोळी काखेला लावून भिकाऱ्याची स्वारी मोठ्या आशेने रस्त्याच्या कडेला उभी राहते. रथ त्याच्यापाशी थांबतो. भिकाऱ्याचा आनंद गगनात मावेनासा होतो, पण आतले राजाधिराज खाली उतरून त्याच्याच पुढे हात पसरतात आणि भीक मागतात! सोन्याच्या रथात बसून फिरणाऱ्या राजाने आपल्यापाशी भीक मागावी? उदात्त अभिमानाच्या दृष्टीने केवढा विलक्षण प्रसंग! पण त्या स्वार्थी भिकाऱ्याला त्याची जाणीवच झाली नाही. त्याने झोळीतून एक दाणा काढून राजाच्या हातावर टाकला. राजा न बोलता मुकाट्याने निघून गेला. भिकारी खोपटीत येऊन झोळी जमिनीवर ओतून पाहतो तो सर्व धान्यात एकच सोनेरी दाणा चमकत आहे. त्याने राजाला तो दाणा दिला होता त्याच आकाराचा होता तो! लहान नाही आणि मोठाही नाही. त्या दाण्याकडे पाहून तो भिकारी ढळढळा रडू लागला.

सुखासाठी धडपडणारे आणि ते मिळत नाही म्हणून रडणारे सारे लोक या भिकाऱ्यासारखीच चूक करीत नाहीत का? विश्वमोहिनी सुवर्णरथातून येत असलेली पाहून आपण हुरळून जातो, पण पुढे येऊन तिने हात पसरला की, आपण मुलखाचे कृपण होतो. तिला कमीतकमी काय देता येईल हे आपण पाहू लागतो! पण द्यावे तसे घ्यावे हा तर सुखाचा मूलमंत्र आहे. किंबहुना आधी दुसऱ्याला दिल्याशिवाय- त्यागाच्या अग्निदिव्यांतून पार पडल्यावाचून- आपल्याला मिळत नाही अशी जगात एकच अपूर्व गोष्ट आहे- सुख! प्रसववेदनांचे प्राणांतिक कष्ट सोसल्याशिवाय मातेला तरी अपत्याच्या मुखाचे दर्शन कुठे होते?

सुखाचा शोध करणारे वर्तमानपत्रांतून आपल्या या हरवलेल्या गोष्टीविषयी जाहिरात का देत नाहीत याचे मला लहानपणी कोडे वाटे! नापत्ता झालेल्या मुलांविषयी अशा पुष्कळ जाहिराती मी वाचल्या होत्या. आता मात्र मला वाटते त्यांनी अशी जाहिरात देणे अशक्यच आहे! जाहिरातीत आपल्या हरवलेल्या गोष्टीचे अगदी बारीकसारीक वर्णन द्यायला हवे! आणि सुखाचे इतके सूक्ष्म रूप ज्यांच्या डोळ्यांत ठसले आहे, त्यांना ते आपल्या आसपासच कुठेतरी खेळत आहे हे कळायला फारसा वेळ लागणार नाही. फार फार तर लहान मुलांच्या सवयीप्रमाणे ते कुठेतरी लपून बसलेले आढळेल! दूर नाही, अगदी जवळच!

६६ । हिरवळ

चौदा : एक भास

परिचय :

ज्याला लघुनिबंधापेक्षा ललितनिबंध हे नाव योग्य होईल असा हा निबंध आहे. महायुद्धांनी आणि नव्या नव्या संहारक शस्त्रास्त्रांनी मानवी जीवनाचे स्थैर्य नाहीसे केलेले आज आपल्याला दिसत आहे. हे स्थैर्य त्याला प्राप्त करून देण्याचे सात्त्विक सामर्थ्य फक्त दोनच तत्त्वज्ञानांत आहे. मनुष्याने अधिक उदात्त झाले पाहिजे असे अट्टहासाने सांगणारा गांधीवाद आणि विषमतेवर उभारलेल्या आजच्या समाजरचनेचा नायनाट झाला पाहिजे असे त्वेषाने प्रतिपादन करणारा समाजवाद. मानवतेच्या मंगल आणि उज्ज्वल भविष्याची आशा या दोन तत्त्वज्ञानांवरच अवलंबून आहे असे लेखकाने या निबंधात सूचित केले आहे.

हल्ली जिथे मनुष्याचे पशुत्वच दृष्टीला पडते, असे प्रतिपादन करणाऱ्या त्या पेन्शनरांनी पाच-दहा मिनिटेच या विचित्र विषयावर वक्तव्य केले असेल! पण ते निघून गेल्यावर कितीतरी वेळ मी उदास होऊन बसलो होतो. माझे मन राहून राहून म्हणत होते- प्रेम, त्याग, संयम, प्रामाणिकपणा, इत्यादी गोष्टी या जगात आढळतात, पण त्या क्वचित! प्रतिभेप्रमाणे हजारातल्या एखाद्यालाच असल्या एखाद्या गुणाची देणगी निसर्ग देतो, पण हे गुण काही शिक्षणाने निर्माण होत नाहीत. आजची मानवता या सद्गुणांकडे पाठ फिरवून व्यक्तिसुखाच्या- आणि त्यातही शरीरसुखाच्या- मागे धावत सुटली आहे. सहृदयता हाच सुखी आयुष्याचा आत्मा आहे अशी श्रद्धा बाळगणारे सध्याच्या जगात जन्मभर दु:खे भोगत राहतात. उलट क्रूर व्यवहाराच्या पायावर जीवन-मंदिर उभारणारे त्या मंदिरातल्या भव्य महालात नानाविध विलासांत मग्न होऊन जातात.

माझे दुसरे मन म्हणू लागले- मनुष्य हा अजूनही पशूचा अगदी जवळचा नातलग आहे, त्याचे देवाशी नाते असलेच तर ते फारच दूरचे आहे, इत्यादी त्या गृहस्थांनी सुनावलेले सिद्धांत सत्य मानून आपण उगीच विषण्ण झालो आहोत. मानवी मनाला काळी बाजू आहे यात शंकाच नाही, पण त्याची एक बाजू जितकी काळीकुट्ट आहे तितकीच दुसरी उज्ज्वल आहे. एका य:कश्चित कपोताचे प्राण वाचविण्याकरिता शिबिराजाने आपले मांस कापून दिले ही कथा कदाचित एखाद्या

प्रतिभाशाली ऋषीची कविकल्पना असेल! पण दासबाबूंनी देशासाठी लक्षावधी रुपयांच्या मिळकतीवर एका क्षणात पाणी- आणि तेही आनंदाश्रूंचे- सोडले ही गोष्ट तर लोकांनी डोळ्यांनी पाहिली आहे ना? वानप्रस्थाश्रम स्वीकारणारा याज्ञवल्क्य आपली पत्नी मैत्रेयी हिला आपल्या मालकीची सर्व मिळकत देऊ लागला तेव्हा तिने, 'या संपत्तीने माझ्या आत्म्याचा उद्धार होईल का?' असा जो विलक्षण, पण विचारप्रवर्तक प्रश्न त्याला विचारला तो ऐकणाऱ्या वृक्षवेली आज विद्यमान नाहीत! पण देशाच्या स्वातंत्र्यसंग्रामात हसत उडी घेणाऱ्या जवाहरलालांच्या पावलावर पाऊल टाकून जाण्याची आपली इच्छा कमलादेवींनी कोणत्या शब्दांनी व्यक्त केली असेल हे अलाहाबादच्या स्वराज्यभुवनाच्या भिंतीसुद्धा आज तुम्हाआम्हाला सांगू शकतील.

मनाचा उदासपणा घालविण्याकरिता असली अनेक उदाहरणे मी आठवू लागलो. त्यांनी क्षणभर माझे समाधान झाले, पण लगेच माझ्या लक्षात आले आपण आपली फसवणूक करून घेत आहो. असली उज्ज्वल उदाहरणे हे अपवाद आहेत. या जगात बुद्ध आणि ख्रिस्त एकएकदाच होऊन गेले; पण सिकंदर, तैमूरलंग, नेपोलियन आणि हिटलर यांची परंपरा मात्र अखंड राहिली आहे. मानवी जीवनाच्या खाणीत सोन्याचे कण अजून फार थोडे सापडतात. बाकी सर्व माती! पाहावे तिकडे माती!

माणसाचे डोके दुखत असले तर त्याच्या जवळच्या लोकांना त्याला होणाऱ्या त्रासाची काहीच कल्पना येत नाही. मात्र तो स्वत: अगदी बेचैन होऊन गेलेला असतो. त्याची तात्त्विक दु:खेही अशीच असतात.

सकाळी पेन्शनरबुवांची मुलाखत झाल्यामुळे दुपारी अगदी साध्या गोष्टीसाठी मी बायकोवर एकदम चिडलो! शाळा सुटून मुले घरी आल्यावर 'दंगा काय करता?' म्हणून मी गस्त घालणाऱ्या पोलिसाच्या आवाजात त्यांना दरडावले. शेवटी माझी एक आवडती कादंबरी घेऊन ती वाचायला मी सुरुवात केली, पण पाऊस पडल्यावर हापूस आंबासुद्धा जसा बेचव लागतो तशी अस्वस्थ मन:स्थितीमुळे मला ती कादंबरी नीरस वाटू लागली. माझे ते आवडते पुस्तक दूर फेकून देऊन मी घराबाहेर पडलो.

दूर दूर अगदी पूर्ण एकांत असलेल्या एका जागी जाऊन बसलो मी! या जागी येऊन बसले की, माझे मन नेहमी प्रसन्न होत असे. पण आज मात्र काही केल्या ते ताळ्यावर येईना. इथे बसले की, समोरच्या गुलमोहोराच्या तांबड्या फुलांकडे पाहून यौवनातल्या स्वप्नाळू प्रीतीची ही प्रतिबिंबे आहेत अशी कल्पना माझ्या मनात नेहमी येऊन जायची! पण आज ती फुले हे फसविल्या गेलेल्या प्रीतीचे रक्ताचे अश्रू आहेत असे मला वाटू लागले. सभोवारच्या वडाच्या लोंबणाऱ्या पारंब्या हे खेळकर

बालकांचे झोले वाटत मला नेहमी! पण आज जगाला कंटाळलेल्या माणसांची गळफास लावून घ्यायची सोय व्हावी म्हणूनच निसर्गाने वडाच्या झाडांना इतक्या लांबलांब पारंब्या दिल्या असाव्यात अशी विचित्र कल्पना प्रथमतःच माझ्या मनात आली.

हळूहळू अंधार पडू लागला. आकाशात एक-एक चांदणी उगवू लागली. हे मोहक दृश्य पाहून दरवेळी मला एखादी सुंदर कल्पना सुचे! पण सकाळपासून जग आणि जीवन यांच्याविषयी जी विचित्र अश्रद्धा माझ्या मनात निर्माण झाली होती तिचे आणि सौंदर्याचे जन्मतःच वाकडे असावे! हळूहळू पसरू लागलेला अंधार आणि वर चमकणाऱ्या चांदण्या पाहून मनात आले, जगातल्या आसन्नमरण झालेल्या मानवधर्माला खाली काढून ठेवण्याकरिता कुणीतरी हे लांबलचक काळे कांबळे पसरीत आहे- आणि लवकरच त्या धर्माची जी प्रचंड प्रेतयात्रा निघणार आहे तिच्यावर उधळण्याकरिता आकाशाच्या विशाल परडीत भराभर फुले गोळा केली जात आहेत.

ही कल्पना मनात येताच माझी मलाच भीती वाटू लागली. भोवताली अंधार दाटत चालला होता; पण काही केल्या ते शांत, एकांत स्थळ सोडून उठावे असे वाटेना मला! किती वाजले हे पाहण्याकरिता मी घड्याळाकडे दृष्टी वळविली. माळावरल्या त्या अंधूक प्रकाशात साडेआठ वाजल्याचा भास होत होता.

अवघे साडेआठ! अजून हा विचित्र दिवस संपायला साडेतीन तास आहेत! अरे देवा!

आपले घड्याळ बंद पडले असावे असा मला संशय आला. मी ते कानाशी नेऊन पाहिले, टिक टिक! किती गोड, नाजूक आवाज!

एकदम ती टिक टिक थांबली. मी क्षणभर घड्याळ कानाशी नेऊन पाहिले. त्याची चाल- भोवतालचा आणि माझ्या मनातला अंधार पाहून त्याची हृदयक्रिया क्षणार्धात बंद पडली होती!

घड्याळाला किल्ली द्यायचीसुद्धा इच्छा होईना. मी तसाच बसून राहिलो. इतक्यात समोरच्या काळोखातून एक अंधूक उंच आकृती माझ्या जवळ - अगदी जवळ आली आणि 'प्रभो सच्चिदानंद' असे उद्‌गार काढून ती माझ्याशेजारीच बसली. मी त्या मनुष्याकडे निरखून पाहू लागलो. फार वृद्ध दिसत होता तो! त्याच्या तोंडावरल्या सुरकुत्या आणि अंगावरले फाटके कपडे यांच्यात अधिक जीर्ण काय होते हे सांगणे कठीण होते. रंगूनवरला बॉंबहल्ला होऊन खूप दिवस झाले होते. नाहीतर त्यातून जीव वाचवून आलेला हा एक दुर्दैवी वृद्ध आहे अशीच मी माझ्या मनाची समजूत करून घेतली असती! मी त्याच्याकडे निरखून पाहत आहे हे त्याच्या लक्षात आले असावे. तोही माझ्याकडे वळून पाहू लागला-

अरे बाप रे! त्याचे ते दोन्ही डोळे किती विचित्र दिसत होते! त्याच्या उजव्या डोळ्यातून गंगाजळाप्रमाणे निर्मळ असे अश्रू ठिबकत असल्याचा भास झाला मला. पण त्याच्या दुसऱ्या डोळ्यातून एखाद्या पवित्र यज्ञकुंडातल्याप्रमाणे अग्निस्फुल्लिंग उडत असल्यासारखे वाटत होते. त्याच्या हातातल्या पडशीकडे पाहत मी त्याला प्रश्न केला, "कुठून आलात आजोबा?"

"कुठून?" एवढा एक शब्द उच्चारून तो डोके खाजवू लागला. म्हातारी माणसे विसराळू होत जातात. त्यामुळे आपण कुठल्या गावाहून आलो याचेसुद्धा या वृद्धाला स्मरण नसावे याविषयी मला नवल वाटले नाही. त्याला आपल्या गावाचे नाव आठवत नसेल असे पाहून मी म्हणालो, "फार दमलेले दिसता तुम्ही!"

तो हसून म्हणाला, "छे, उगीच मजेनं थांबलोय! तसा कधीच दमत नाही मी! दिवसाचे चोवीस तास आणि वर्षाचे बारा महिने मी चालतच असतो. अगदी अखंड! क्षणाचीसुद्धा विश्रांती लागत नाही मला!"

विसराळूपणाप्रमाणे बढाईखोरपणाही वृद्धांत नेहमीच आढळतो. म्हणून त्याच्या या विचित्र उद्गारांकडे विशेष लक्ष न देता मी म्हणालो, "कुठल्या यात्रेला चाललाय आजोबा?"

माझ्या 'आजोबा' या संबोधनाचा त्याला विलक्षण राग आला असावा! बाकी आपण तरुण आहो असे खोटे प्रदर्शन करण्याचे वेडच असते म्हणा प्रत्येक म्हाताऱ्या माणसाला. चिडखोर आवाजाने तो म्हणाला, "आजोबा, आजोबा काय म्हणतोस मला? तुझ्या आजोबाचा आजोबा जेव्हा रांगत होता तेव्हाही मी असाच दिसत होतो- आणि तुझ्या नातवाचा नातू ज्या वेळी खोकत, काठी टेकीत टेकीत चालत असेल; त्या वेळीसुद्धा माझी सुरत अशीच राहणार आहे!"

स्वारी वेड्याच्या इस्पितळातून पळून तर आली नाही ना, अशी शंका आता माझ्या मनात आली. पण वेड्याशी बोलताना वेड्याच्याच कलाने घ्यावे लागते म्हणून मी म्हणालो, "हे पाहा- आजो-नाही- चुकलो! तुमचं नाव ठाऊक नाही मला! म्हणून भलते शब्द तोंडात येतात!"

"माझे नाव?" हे दोन शब्द उच्चारून तो असा काही चमत्कारिकपणाने हसला की, आपला एखादा जीवश्चकंठश्च बालमित्र फार दिवसांनी आपल्याला भेटावा, त्याने आपल्या पाठीवर थाप मारून, 'कसं काय भावड्या?' असे म्हणावे आणि आपल्याला मात्र त्याचे नावसुद्धा आठवू नये! अगदी तस्से झाले मला आता!

मनाचा हा गोंधळ लपविण्याकरिता मी त्याला विचारले, "किती दिवस झाले या तुमच्या मुशाफरीला?"

"मी दिवसांनी हिशोब करीत नाही. युगांनी करतो! माझ्याइतका जग पाहिलेला प्रवासी, हजारो तऱ्हांची माणसं भेटलेला भटक्या तुला त्रिभुवनात दुसरा आढळणार नाही!"

त्याचे हे बोलणे मला मोठे विक्षिप्तपणाचे वाटले, पण सकाळपासून मला अस्वस्थ करून सोडणाऱ्या प्रश्नांचे उत्तर कदाचित हा बढाईखोर म्हाताराच बरोबर देऊ शकेल असे वाटून मी त्याला म्हटले, "आ-नाही, नाही! तुम्ही खूप खूप माणसं पाहिली आहेत. तेव्हा तुम्हाला माझ्या एका शंकेचं निरसन सहज करता येईल. मनुष्य सज्जन आहे की दुष्ट आहे? तो खरोखर सुधारत आहे की, सुधारणेच्या सुंदर तलम आच्छादनाखाली तो आपल्या रानटीपणाचे प्रदर्शन मांडीत राहिला आहे? मनुष्य अजून पशूच आहे की, तो देव होण्याच्या मार्गाला लागला आहे?-"

मला मध्येच थांबवून तो वृद्ध म्हणाला, "उगीच बडबडू नकोस. पोकळ शब्दांनी आयुष्यातील कोडी सुटत नसतात. मनुष्यातले पशुत्व नाहीसे करण्याचे प्रयोग या जगात हजारो वर्षे चालले आहेत, पण विनाशक विमान किंवा विषारी वायू शोधून काढण्याइतके हे काम सोपे नाही बाबा! पाषाणातून फुलं फुलवायची आहेत इथं! नवा मनुष्य निर्माण करण्याच्या या प्रयोगात काही काही वेळा असे भयंकर अनुभव येतात की, तो प्रयोग सोडून कुठंतरी दूर दूर पळून जावं असं मला वाटतं!"

"तुम्हाला?"

"हो, मला! हा प्रयोग मीच चालविलाय!"

वेड्याच्या तोंडाला काय लागायचे म्हणून मी गप्प बसलो. तो वृद्ध पुढे बोलू लागला, "हातातोंडाशी आलेला एकुलता एक मुलगा मृत्यूने हिरावून नेला म्हणजे त्याच्या आईची जी करुणाजनक स्थिती होत असेल तिचा अनुभव मी अनेकदा घेतला आहे. जगातल्या अनेक ऋषींनी, संतांनी आणि महात्म्यांनी अशा वेळी माझं सांत्वन केलं आहे. दुःख विसरून पुन्हा दर वेळी मी नव्या ईर्षेने या प्रयोगाला सुरुवात केली आहे."

हे बोलता बोलता तो वृद्ध आणखी जवळ सरकून अगदी सलगीने माझ्याशी बोलू लागला. त्याने सहज माझ्या खांद्यावर हात ठेवला. तो हात कालासारखा गार गार लागेल आणि सुरकुतलेला असेल अशी माझी कल्पना होती. पण तो किती उबदार आणि किती गुलगुलीत- अगदी लहान मुलाच्या गालाइतका मऊ होता तो!

तो वृद्ध म्हणाला, "नवा मनुष्य निर्माण करण्याचा प्रयोग सुरू होऊन फार दिवस झाले हे खरं. असल्या गोष्टींत विलंबामुळे लोकांचा विश्वास नाहीसा होतो हेही

काही खोटं नाही, पण आतापर्यंत हा प्रयोग करताना अज्ञानामुळे माझ्या हातून फार चुका होत आल्या. भीती, प्रीती, नीती, कीर्ती, संपत्ती वगैरे निरनिराळ्या प्रकारचा मालमसाला घालून मी पुन:पुन्हा नवा मनुष्य निर्माण केला; पण प्रत्येक वेळी तो मूळ पदावर गेला. आता मात्र एक अगदी नवीन कल्पना सुचलीय मला! ती यशस्वी होणारच होणार अशी माझी श्रद्धा आहे. म्हणून तर मी या पडशीत नव्या मनुष्याच्या निर्मितीला लागणारं सर्व साहित्य घालून कुठंतरी एकांतात बसायला चाललोय! ही जागा त्या दृष्टीने जरा बरी दिसली म्हणून-''

तो भोवताली पाहू लागला. त्याच्या पडशीत काय काय साहित्य आहे हे पाहण्याचा मोह मला अगदी अनावर झाला. मी हळूच त्याच्या पडशीचे तोंड उघडून आत हात घातला. एकदम दोन छोटे फोटो लागले माझ्या हाताला. मी ते काढून पाहिले. अजून अंधार फारसा उजळला नव्हता! पण त्या अंधूक प्रकाशात त्या फोटोतला एक गांधीजींचा आहे आणि दुसरा लेनिनचा आहे हे माझ्या लक्षात आले. ते फोटो पडशीत ठेवून मी तिच्यातल्या दुसऱ्या वस्तू चाचपू लागलो. एक कोयता माझ्या हाताला लागला; त्यानंतर एक सूत काढायची टकळी, एक हातोडा, एक-''

तो वृद्ध माझ्याकडे वळून म्हणाला, ''किती वाजले?''

माझे घड्याळ तर मघाशीच बंद पडले होते. आधी त्याला किल्ली देऊन मग नऊ वाजल्याची थाप मारावी म्हणून मी वाकून घड्याळाला किल्ली देऊ लागलो. किल्ली देऊन मी मान वर करतो तो-

तो शेजारचा वृद्ध आपली पडशी घेऊन भराभर चालू लागला होता. त्याला थांबविण्याकरिता हाका माराव्यात असा विचार माझ्या मनात आला; पण त्याचे नाव, इतका वेळ त्याच्यापाशी बोलून त्याचे नावसुद्धा कळले नव्हते मला! त्याला कशी हाक मारावी या विचारात होतो मी. इतक्यात जणूकाही माझ्या घड्याळातून एक अस्फुट ध्वनी माझ्या कानावर पडला- 'काळपुरुष!'

इतका वेळ ही साधी गोष्ट आपल्या लक्षात कशी आली नाही याचे माझे मलाच आश्चर्य वाटू लागले. काळपुरुषाच्या त्या पडशीत आणखी पुष्कळ सामान होते. ते सारे आपल्याला पाहायला मिळाले असते तर किती बरे झाले असते, असा विचार मनात येऊन मी अगदी अस्वस्थ होऊन गेलो.

त्या लोकविलक्षण पुरुषाच्या मागून धावत जाऊन त्याला गाठावे म्हणून मी उठलो. डोळे ताणताणून अंधारात मी पाहू लागलो, पण त्याची आकृती केव्हाच दिसेनाशी झाली होती. मात्र माझ्या मनाची सकाळपासून नाहीशी झालेली प्रसन्नता- ती केव्हा आणि कशी परत आली ते माझे मलाच कळले नाही.

●